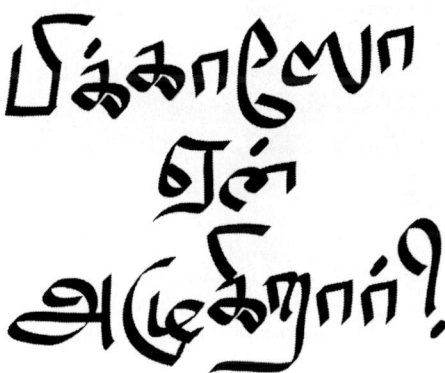

பிக்காஸோ ஏன் அழுகிறார்?

கரிகாலன்

வேரல்
புக்ஸ்

வேரல் புக்ஸ் வெளியீட்டு எண்: 100

பிக்காஸோ ஏன் அழுகிறார்? * கரிகாலன்© * கவிதைகள் *
முதல் பதிப்பு: டிசம்பர் 2023 * பக்கங்கள்: 144 *
வேரல் புக்ஸ் * 6, இரண்டாவது தளம், காவேரி தெரு, சாலிகிராமம், சென்னை – 600093 *
மின்னஞ்சல்: veralbooks2021@gmail.com * தொலைபேசி: 9578764322 *
அட்டை வடிவமைப்பு: லார்க் பாஸ்கரன் * லேஅவுட்: சந்தோஷ் கொளஞ்சி

Pikkācō ēṉ aḻukiṟār? * Karikalan© * Poems *
First Edition: December 2023 * Pages: 144 *
Veral Books * No: 6, 2nd Floor, Kaveri Street, Saligramam, Chennai - 600093 *
Email ID: veralbooks2021@gmail.com * Phone: 9578764322 *
Wrapper Designed by: Lark Bhaskaran * Layout Designed by: Santhosh kolanji

Rs. 200

ISBN: 978-81-967929-7-8

வேரல் 100

அச்சு இயந்திரங்கள் கண்டுபிடிப்பதற்கு முன்புவரை, ஒரு நூற்றாண்டென்பது ஆயிரம் ஆண்டுகள் போலத் தோன்றியது. ஆண்ட்ராய்டு மொபைல் வந்தபிறகு ஒரு தசாப்தம், ஒரு நாளாகச் சுருங்கியது.

இதை வேகமான உலகம் என்கிறார்கள். இந்த வேகம் ஒரு செயற்கை சுழல். ரோலர் கோஸ்டர் பயணம் போல, சிறிய கிளர்ச்சிகளில் சமாதானமாக மக்களுக்கு அதிகாரம் பயிற்றுவித்திருக்கிறது.

ஒரு தேசத்தில் மதம் ஃபாசிசமானபோது, முன்கூட்டியே நாத்திகனாக இருந்த ஒருவனுக்கு, கடவுளை உரத்த குரலில் எதிர்த்துப் பேசுவது புதுமையாகத் தோன்றவில்லை. ஆனாலும் எதிர்ப்பதென்பது, மலை உச்சியிலிருந்து குதித்து, பாராசூட்டை விரியச்செய்வது போன்ற சாகசத்தை அளித்தது. இப்படித்தான் என் கவிதை செயல்பாடுகள் அமைகின்றன.

கடந்த இரு ஆண்டுகளாக என் நாட்களைத் திறப்பவராக, மூடுபவராக லார்க் பாஸ்கரன் இருக்கிறார். புத்தகக் காட்சி வருகிறது, கவிதைத் தொகுப்பு கொண்டு வரலாமா அண்ணா? என்றார். 'பிக்காஸோ ஏன் அழுகிறார்?' உருவானது.

அவரது அழகியலுக்கு வந்தனம்.

இக்கவிதை நூல் வேரல் பதிப்பகத்தின் 100 ஆவது நூல். மகிழ்ச்சியாக இருக்கிறது. கடந்த ஆண்டுதான் வேரலின் முதல் வெளியீடாக, 'மகள் வீடு திரும்பும் பாதை' வெளிவந்திருந்தது.

வேரல் பதிப்பகத்தின் முதல் நூலும் நூறாவது நூலும் கவிதை நூலாக அமைந்திருப்பது சிறப்பு.

ஓர் ஆண்டில் 100 நூல்கள் என்பது சாதனை. அம்பிகாவின் கடின உழைப்பு, படைப்பாளிகளைத் தொடர்புகொள்ளும் திறன், அழகியல் மனம், இணக்கமாகச் செயல்படும் தன்மை, இதைச் சாத்தியப்படுத்தி இருக்கிறது.

இத்தொகுப்பிலுள்ள சில கவிதைகள் குமுதம் இதழில் 'அறம், அரசியல், அஞ்சலை' எனும் தலைப்பில் தொடராக வந்து வாசக அபிமானம் பெற்றவை. என்னைத் தொடர்ந்து எழுத வைத்து அழகு பார்க்கும் குமுதம் ஆசிரியர் சகோதரர் சஞ்சீவி குமாருக்கு அன்பு. போலவே, குமுதம் ஆசிரியர் குழுவைச் சேர்ந்த நண்பர் மானா பாஸ்கரனுக்கும் அன்பைச் சொல்லியாக வேண்டும்.

பிரியமுடன்
கரிகாலன்
பெரியார் நகர்
விருத்தாசலம்
kalamputhithu@gmail.com

உள்ளே

- அகம் பிரம்மாஸ்மி — 9
- அவதாரம் — 10
- தமிழ் மண்ணின் கழிப்பறை நாகரிகம் — 11
- ஹமாஸ் பயங்கரவாதிகள் — 12
- பிக்காஸோ ஏன் அழுகிறார்? — 14
- இந்திய மயக்கம் — 17
- மெட்டா ஆண்டவர் — 20
- வைலட்நிற திங்கள் — 22
- பேயோட்டியோடு ஓர் அனுபவம் — 24
- எல்லையற்றவன் — 27
- அம்மா பிள்ளையாரும் ஆர்எஸ்எஸ் பிள்ளையாரும் — 28
- பெருமிதம் — 32
- சனாதனம் — 36
- வலி — 38
- அழைப்பு — 39
- கழியுமொரு பருவம் — 41
- இ | ந் | தி | யா — 43
- அம்மாக்களை விடுதலை செய்யுங்கள். — 47
- அண்ணனுக்கு ஒரு நீதி தம்பிக்கு ஒரு நீதியா? — 52
- 90 மிலி அரசு — 56

- இது யாருக்கான வசந்தம்? 58
- உடைப்புச் செய்திகள் 61
- செங்கோல் நாயகி 64
- தாழும் செங்கோல் 68
- திரௌபதி யாருக்கு சொந்தம்? 72
- (அ)ண்ணா யிசம் 76
- அறையில் ஒளிந்திருக்கும் பேய் 81
- முதலை வாயில் 83
- விநாடிகளின் உலகம்! 87
- படித்ததும் கிழித்ததும் (புத்தக நாளுக்காக) 89
- இந்நகர் 94
- துப்பட்டா போடுங்க தோழி 96
- தடுமாற்றம் 99
- கட்டைவிரலின் இருப்பு 100
- +2 ஞானம் 102
- Dating பரிதாபங்கள் 103
- கோதை 2K 105
- தொடுங்கள் 107
- புதிதாகப் பிறப்பது 111
- செல்லாத கடவுள் 114
- நாங்கள் உழுகுடிகள் (டெல்லி சலோ) 116
- சரசக்கா வந்தனம் 121
- வெய்யில் 126
- அறுவை சிகிச்சை 129

- பூப்பந்து   132
- திருட்டு வாசம்   136
- பூனை   138
- நம்ம ஸ்ட்ரீட்   140
- அரசியல்   142

அகம் பிரம்மாஸ்மி

நீங்கள் இன்னும் கொஞ்சம்
நல்லவராக இருந்திருக்கலாம்

நீங்கள் இன்னும் கொஞ்சம்
உண்மைகளைப் பேசியிருக்கலாம்

நீங்கள் இன்னும் கொஞ்சம்
விசுவாசமானவராக இருந்திருக்கலாம்

நீங்கள் இன்னும் கொஞ்சம்
நீதிமானாக இருந்திருக்கலாம்

நீங்கள் இன்னும் கொஞ்சம்
வெளிப்படையானவராக இருந்திருக்கலாம்

நீங்கள் இன்னும் கொஞ்சம்
நேர்மையாக காதலித்திருக்கலாம்

என் கண்ணாடி பேசத்தொடங்கியபோது
வேறென்ன செய்வேன்
சற்றே கைநழுவ விடுவது தவிர்த்து.

அவதாரம்

ஒரு பௌண்டரி இல்லை
ஒரு சிக்ஸர் இல்லை
ஒரு செஞ்சுரி இல்லை
ஒரு கைத்தட்டலில்லை
என் பார்வையாளர்கள்
பொறுமையிழந்திருக்கிறார்கள்
இன்ஸ்டாவில் திட்டுவதற்கு
புதிய ஆங்கிலச்
சொற்களைத் தேடுகிறார்கள்
அவர்கள் காலி கோக் டின்களை
மைதானத்தில் வீசி எறியக்கூடும்
இன்னும் எத்தனை
நோ பால்கள்தான் போடுவாய்
நான் பெவிலியனுக்குத்
திரும்ப விரும்புகிறேன்
இப்போதைய தேவை
ஒரு ரிவர்ஸ் ஸ்விங்
கடவுளே! நீ ஏன் முகமது ஷமி
அவதாரம் எடுக்கக் கூடாது.

தமிழ் மண்ணின் கழிப்பறை நாகரிகம்

வேங்கைவயலில் மலம்
மணிமுத்தீஸ்வரத்தில் சிறுநீர்
பசுமாட்டுடையதோ
திராவிடருடையதோ
கழிவுகள் மணக்காது
மூக்கைப் பிடித்தபடி
நிற்கிறார் பெரியார்.

ஹமாஸ் பயங்கரவாதிகள்

ஹமாஸ் தீவிரவாதிகள்
ரைம் சொல்கிறார்கள்

அவர்களுக்கு இன்னும்கூட
சீருடை அணிவது
சிரமமாக இருக்கிறது

இடது காலணியை
வலதுகாலில் மாட்டுகிறார்கள்

வழிபாட்டுக் கூட்டங்களில்
அவரது பிரார்த்தனை சங்கீதம்
ஏவுகணைகளின் சத்தத்தால்
கடவுளை எட்டுவதில்லை

அவரது உணவுக் கலங்களில்
பேரழிவு ஆயுதங்களிருப்பதாக
அமெரிக்க (24×7) டிவி
சத்தியம் செய்கிறது

உண்மை என்பது யு.எஸ்.ஏ
பேசுவதென உலக நவீன
நீதி இலக்கியங்கள் கூறுகின்றன

தீவிரவாத முகாம்களாக
கிண்டர்கார்டன் பள்ளிகளை
பிரசவ வார்டுகளை
இஸ்ரேல் ரேடார்கள்
அடையாளம் காட்டுகின்றன

யுத்த தந்திர
வடிவங்கள் மாறுகின்றன

ஐசியு வார்டுகளின்
மெயின் சுவிட்சை
நிறுத்துகிறார்கள்

செல்ஃபோன்
சிந்திய ஒளியில்
பிரசவம் பார்த்த
மருத்துவருக்கு
கைகழுவ தண்ணீர் இல்லை

குருதிக்கறையை
கைக்குட்டையில்
துடைத்துக் கொள்கிறார்

வெடிகுண்டுகளின்
பேரோசையில்
தாய்ப்பால் நின்றுவிட
ஹமாஸ் பயங்கரவாதிகள்
பசியில் அழுகிறார்கள்

தாம் எடுக்கும்
தீவிரவாத படத்துக்கு
பாலஸ்தீன குழந்தை சாயலில்
வில்லனைத் தேடிக் கொண்டிருக்கிறார்கள்
ஹாலிவுட் இயக்குனர்கள்.

பிக்காஸோ ஏன் அழுகிறார்?

இதை நான் கொஞ்சமும்
எதிர்பார்க்கவில்லை
அறையின் மூலையில்
பிக்காஸோ அழுது கொண்டிருந்தார்
சுருள் சுருளாக சிகரெட் புகை

போருக்கு எதிராக
ஐபிஎல் பார்வையாளரின்
கவனம் ஈர்க்க
அமைதிப் புறா கேட்டிருந்தேன்

சூரியனை யார் வேண்டுமானாலும்
மஞ்சள் புள்ளியாக்கலாம்
மஞ்சள் புள்ளியை சூரியனாக்க
பிக்காஸோவால் மட்டுமே முடியும்

ஒரு காட்டுக் குதிரையை வரைந்தார்
குதிரை எங்கே?
எல்லோரும் கேட்டார்கள்
காடிருந்தது தெரியாமல்

இப்போது, பிக்காஸோ ஏன் அழுகிறார்?

முன்பு அவர்
ஒரு பெண்ணின் முகத்தை
வரைய முயன்றபோதுதான்
அமைதிப் புறா உயிர்த்தது
இப்போது அவர்
அமைதிப் புறாவை முயல்கிறார்
கித்தானில் குருதி வடியும்
பாலஸ்தீனக் குழந்தை

மீண்டும் மீண்டும் முயல்கிறார்
15 நிமிடங்களுக்கொருமுறை
ஒரு குழந்தை அழுகிறது

அறிவுள்ளவர்கள்
துப்பாக்கியைக் கண்டுபிடித்தார்கள்
தன் கிராமத்தில் ஜெர்மன்
குண்டு வீசியபோது
பிக்காஸோ 'குர்னிகா'வை வரைந்தார்

இப்போது அவரது
அழுகை அச்சமூட்டுகிறது
சுவரில் மாட்டப்பட்டிருக்கும்
'வேதனைப்பட்ட மனிதன்'
ஓவியத்தை கவனிக்கிறார்

தன் சொந்த ரத்தத்தை வண்ணமாக்கி
தற்கொலை செய்தவனின் ஓவியம்

அவரது கவனத்தைத்
திருப்ப வேண்டும்

உங்கள் பிறந்தநாளில்
(அக்டோபர் 25)
இதற்காக துயரடைய வேண்டாம்

காஸாவின் குண்டுகள் சில
கடவுள் மீதும் விழுந்திருக்கலாம்

நீங்கள் ஏன்
சாத்தான்களை வரையக்கூடாது?

வழக்கம்போல கண்களை மூடியவாறு
தீட்டுகிறார் பிக்காஸோ

பெஞ்சமின் நெதன்யாகு
ஜோ பைடன்
ரிஷி சுனக்
கித்தானில் எழுகிறார்கள்.

இந்திய மயக்கம்

விளையாட்டு மைதானத்தில்
தேசியக் கொடியை ஆட்டுவார்கள்
ராமர் கோவில் மணியையுமா?

கிரிக்கெட் கிரவுண்டில்
சக்தே இந்தியா பாட்டு கேட்டது
ஜெய் ஹோ போட்டார்கள்
ஏ.ஆர். ரஹ்மானின்
வந்தே மாதரமும் கேட்டது

நிச்சயம் விளையாடுமிடத்தில்
உற்சாகம் தேவை

ஆனாலும் அகமதாபாத்தில் உள்ளது
நரேந்திர மோடி மைதானமாயிற்றே

ஆதிபுருஷ் மியூசிக் ஜோடி
சஞ்சித் பல்ஹாராவும்
அங்கித் பல்ஹாராவும்
ஜெய் ஸ்ரீராம் இசைத்தார்கள்

டிவியில் கிரிக்கெட்
பார்ப்பவர்களுக்கு குழப்பம்

நடப்பது
உலகக் கோப்பையா?
அயோத்தி பிரீமியர் லீகா?

ராமன் கிரிக்கெட்
ஆடினாரா?

ராமன் பாணம் போடுவார்
பவுலிங் போடுவாரா?

அக்னி அஸ்திரம் போடுவார்
யார்க்கர் போடுவாரா?

விளையாட்டு மைதானம் எது?
பஜனை மடம் எது?

வழக்கமான
இந்திய மயக்கம்

கடைசியாக,
அப்பாவி குஜராத்திகள்
நம்பியதுபோல்
பும்ராவுக்குள்
ஸ்ரீமான் ராமபிரானது
ஆவி நுழைந்துவிட்டதா?

'ஜெய் ஸ்ரீராம்
ஜெய் ஸ்ரீராம்'

ஆர்ப்பரிப்பது
கிரிக்கெட் ரசிகர்களில்லை

ஆதிபுருஷின்
அனுமன் சேனா

பாகிஸ்தான் டீமிடம்
'இன்று போய் நாளை வா!'
சொல்கிறார் ஆதிபுருஷ் பிரபாஸ்

பெவிலியனுக்குத் திரும்பும்
முகமது ரிஸ்வானுக்கு

ராவணன் ஜாடையா?
இல்லை
ராவணனாக நடித்த
சைஃப் அலி கான் ஜாடையா?
தெரியவில்லை

இந்தியா தேசபக்தியை
காட்டுகிறேனென்று
கிரிக்கெட்டை காட்டுகிறது

கிரிக்கெட்டை
காட்டுகிறேனென்று
ஆதிபுருஷை காட்டுகிறது

பார்ப்பவர்களுக்கு
முட்டிக் கொண்டு வர

டாய்லெட் எங்கே?
தூய்மை பாரதத்திடம் கேட்டால்

சீக்கிரமே
ராமர் கோவில் திறப்புவிழா
இன்விடேஷனை நீட்டுகிறது.

மெட்டா ஆண்டவர்

பிதாவே
இதுவரை சர்க்கரை சேர்த்து
தேநீர் பருக அனுமதித்ததற்கு
ஒரு ஸ்தோத்திரம்

தினந்தோறும்
50 மி.கிராம் வெற்றிகளைத் தந்தீர்கள்
75 மி.கிராம் தோல்விகளை அளித்தீர்கள்
30 மி.கிராம் பாவத்தைப் பொறுத்தீர்கள்
அதற்கொரு ஸ்தோத்திரம்

50% கழிவில்
லெவி, பிளாக்பெர்ரி,
ஜாக் & ஜோன்ஸ் பிராண்டட் ரக
வஸ்திரங்களை
உடுத்தக் கொடுத்தீர்கள்
அதற்கொரு ஸ்தோத்திரம்

குறைந்த கலோரிகளில்
காலையில் உண்ட இட்லிகளை
பரிசுத்த ஆவியில் வேகவைத்தீர்கள்
அதற்கொரு ஸ்தோத்திரம்

குறைந்த புகழை
குறைந்த வசீகரத்தைக் கொண்டவனுக்கு
காதலிகளைக் கொடுத்தீர்கள்
அதற்கொரு ஸ்தோத்திரம்

கொஞ்சம் பொய்யும்
கொஞ்சம் புனைவும் கலந்து
அவர்களுக்காக எழுதிய
கவிதைகளுக்கு
முதல் ஆளாக

ஹார்ட்டின் போட்டீர்கள்
அதற்கொரு ஸ்தோத்திரம்

பிதாவே
நீங்கள் கத்தோலிக்க
பிதாயில்லை
நீங்கள்
பிராடஸ்ட்டண்டு
பிதாயில்லை
பெந்தகொஸ்தே
பிதாயில்லை
ஏசுநாதரின் பிதாவுமில்லை

ஒரு கொசுவின் பிதா
ஒரு கொசுவாகத்தான்
இருக்க முடியும்

கரிகாலன்,
அவனுக்காகவே படைத்த
பிரத்யேக பிதா நீங்கள்

வழக்கம்போல்
மெட்டா வெளிக்குள்
வந்து இறங்குமய்யா

இறங்கி..

A.I உருவாக்கிய
கரிகாலனின் செல்ஃபிக்கு
முதல் ஆர்ட்டினை போடுமய்யா

அதற்காகவும்
ஒரு அட்வான்ஸ்
ஸ்தோத்திரம்
ஆண்டவரே!

வைலட்நிற திங்கள்

ஞாயிறு இரவன்று
ஹாலோவீன் பார்ட்டியில்
சந்தித்த நீ பூசணிக்காய் முகம்
அணிந்திருந்தாய்

ஆர்தர் ஃபௌளக் முகமூடியில்
ஜோக்கர்போல நெருங்கினேன்

நம்மிடமிருந்து விலகி
மரங்களில் கூடுகட்டுகிறது இருள்

தெருக்களில் காற்று
மௌனமாக நடனமாடுகிறபோது
பார்ட்டி ஹாலில்
'திஸ் இஸ் ஹாலோவீன்'
மைக்கேல் ஜாக்ஸன் ஆடுகிறார்

எல்லோருடைய முகங்களையும்
மாஸ்க் மூடுகிறபோது
சட்டம் தன் கடமையைச் செய்யமுடியாமல்
ஒரு பெக் விஸ்கியைப் பருகுகிறது

இந்தப் புராதன நகரத்தின்
அனைத்து மாண்புகளும்
காதலர்களின் இதயங்களுக்கிடையே எழுப்பியிருக்கும்
பாழடைந்த சுவரை பிஸ்டலால் சுடுகிறேன்

கார்களை விரட்டிச் செல்லும்
தெருநாய்களுக்கு
இந்த நகரம் பயப்படுகிறது

இரவின் கடைசி நட்சத்திரம்
உன்னருகே உடைந்து
சிதறிக் கிடக்கிறது

சோம்பல் முறித்தபடி
உள்ளாடைகளை சேகரிக்கும்
விடியற்காலை

நமது மாஸ்க்குகளை கழற்றி
முகம் கழுவி வெளியேறும்போது
டிவியில் தோன்றும்
பிரதமர் இந்தியில் ஏதோ
உளறிக் கொண்டிருக்கிறார்

வைலட் நிறத்தில் திங்கட்கிழமை
நம் எதிரே வந்து கொண்டிருக்கிறது.

பேயோட்டியோடு ஓர் அனுபவம்

நேற்று ஒரு பேயோட்டியிடம்
அழைத்துச் சென்றிருந்தார்கள்

பேயோட்டி ஒரு சாட்டையும்
பல வண்ண தாயத்துகளும் வைத்திருந்தான்

விதம் விதமான பேய்கள்

டீக்கடை பெஞ்ச்சில் அமர்ந்து
அரட்டையடிப்பதுபோல
அவற்றோடு நிதானமாகப்
பேசுகிறான் பேயோட்டி

பேய்களுக்கும்
தத்துவப் பின்புலமிருப்பதை
அந்த உரையாடலில்
தெரிந்துகொள்ள முடிந்தது

பேய்கள் புளியமரத்தில்தான்
புழங்கும் என்பதெல்லாம்
மூடநம்பிக்கை

சுற்றுலா போன ஒருவர்
பாராளுமன்றம்
பார்க்கப் போயிருக்கிறார்
அங்கு பிடித்ததாக பேயொன்று
ஒப்புதல் வாக்குமூலம் தந்தது

இப்படித்தான், வழக்கில்
சாட்சி சொல்லப்போனவரை
கோர்ட்டில் வைத்துப் பிடித்ததாக
இன்னொரு பேய் சொன்னது

ஆர்.எஸ்.எஸ் பேய்,
திராவிடப் பேய்,
ஓபிசி பேய்,
தமிழ்தேசியப் பேய்,
ஓரினச் சேர்க்கைப் பேய்
இப்படி, பல பேய்களை
விரட்டிக் கொண்டிருந்தான்

விட்டலாச்சார்யா படத்துப் பேயொன்று
கால்களை அடுப்புக்குள் நீட்டி
டீ தயாரிப்பதும் நடந்தது
'சுத்தமான ஊட்டி டீ தூள்!'
சிரித்தபடி கோப்பையை
நீட்டினான் பேயோட்டி

இறுதியாக,
என்னைப் பிடித்திருந்த
பேயிடம் ஏதோ கேட்டான்

'நீங்கள் நிறைய சினிமா பார்ப்பீர்களோ!'
உங்களைப் பிடித்திருப்பது
மோனிகா பெலூச்சியாம்

'எனக்கு இத்தாலி தெரியாது'
வருத்தப்பட்டான் பேயோட்டி

உங்களை
காதலிக்கிறதென நினைக்கிறேன்
தாயத்து வேண்டாம்
ராக்கி கட்டி ஏமாற்றிவிடுவோமா?'

மறுத்துவிட்டேன்

'எனக்குப் பேயோடு வாழ்வது பிடித்திருக்கிறது
மார்லின் மன்றோ பேய்ப் பிடிக்க
என்ன செய்ய வேண்டும்?'
பேயோட்டியிடம் கேட்டேன்

'விரட்ட மட்டும்தான் தெரியும்!'
பரிதாபமாகச் சொன்னான்
பேயோட்டி.

எல்லையற்றவன்

அன்பு என்பது
பாதுகாப்பிலிருந்து
விடுபடுவது

கணிக்க
முடியாதவற்றோடு
உறவு கொள்வது

பழக்கத்தின்
தீய வட்டத்திலிருந்து
வெளியேறுவது

கடவுள் வெறும் சடங்கு
பிரார்த்தனைதான்
அன்பென
இவ்வாழ்நாள் முழுவதும்
அன்பை மட்டுமே
கற்றுக் கொடுத்தாய்

உன் அன்பின்
பெருங்கருணையால்
கரிகாலன் என்கிற
தனியனைக் கொன்றாய்

ஒரு பனித்துளியை
கடலாக்குவது போல்
ஒரு நாள் அவனை
எல்லையற்றவனாக்கினாய்.

அம்மா பிள்ளையாரும் ஆர்எஸ்எஸ் பிள்ளையாரும்

எங்கள் அம்மாக்கள்
பிடித்து வைத்தது
சனாதனப் பிள்ளையார் அல்ல
சாணிப் பிள்ளையார்

பாசம், அங்குசம், தந்தம்,
வேதாளம், சத்தி, அம்பு,
வில், சக்கரம், கத்தி,
கேடகம், சம்மட்டி, கதை,
நாகபாசம், சூலம்,
குந்தாலி, மழு

இப்படி,
ஆயுதங்கள் வைத்திருந்தவரல்லர்

மார்கழி வாசலில்
அக்கா பிடித்த பிள்ளையாரிடம்
இருந்ததெல்லாம்
அருகம்புல்லும் பறங்கிப்பூவுமே

மூதாட்டி ஒளவைகூட
பாலும் தெளிதேனும்
பாகும் பருப்பும் நாலும் கலந்து
துங்கக் கரிமுகத்தானிடம் வேண்டியது
ஆட்சி அதிகாரமில்லை
சங்கத் தமிழ் மூன்றும்தாம்

குளத்தோரம் வீசிய
ஈரக்காற்றிலும்
உழுகுடிப்பெண்டிரின்

கூந்தலிலிருந்து
உதிர்ந்த நீர்மலர்களிலும்
குளிர்ந்த மருதநிலப்
பிள்ளையாருக்கு
சற்றே பெண்சாயல்

எங்களூர்
செல்லியம்மனுக்கு
அய்யனாருக்கு
வீரனுக்கு
கருப்புசாமிக்கு
இந்து மதம் தெரியாது
ஆர்எஸ்எஸ் தெரியாது
விசுவ இந்து பரிஷத் தெரியாது

எங்களூர் பிள்ளையாரும்
அப்படிதான்
அவர் மருங்கூரைத்
தாண்டியவர் இல்லை

அவரை ஒருநாளும்
நாங்கள் கடலில்
கரைத்ததில்லை

வாசலில் வைத்தவரை
வழித்து மண்சுவற்றில்
வரட்டி தட்டினோம்
சொந்தங்கள் வைத்த
பொங்கல் அடுப்பில்
மகிழ்ந்து எரிந்தவர்
எங்கள் பிள்ளையார்

ஊரில் தொந்தி
வளர்ந்தவர்களை

பிள்ளையார் என்றோம்
வருத்தப்பட்டாரில்லை

ஒரு நாளுமவர்
பள்ளிவாசல் முன்னால்
பாய்மார்களை
பயமுறுத்தியவரில்லை
சர்ச் முன்னால்
சண்டித்தனம் செய்தாரில்லை

எங்களூர் அய்யர்கள் கூட
சுப நிகழ்வுகளில்
மஞ்சளால்தான்
பிள்ளையார் பிடித்தார்கள்

ஆர்எஸ்எஸ் வகையறாவோ
பிளாஸ்டர் ஆஃப் பாரிஸில்
விநாயகர் செய்து
இசுலாமியக் குருதி தொட்டு
வண்ணம் பூசுகிறார்கள்

சித்தி விநாயகர் கையில்
கத்தி செருகுகிறார்கள்

பிள்ளையார் உண்டியலில்
காசு போட்டவர்களின் பிள்ளைகள்
பிரம்மாண்ட பிள்ளையார் வாங்க
நடுரோட்டில் உண்டியல்
குலுக்குகிறார்கள்

அம்மா கும்பிட்ட
புள்ளையார் சுத்தி
விநாயகர் சதூர்த்தியானபோது

விநாயகர்
டிவியில் ரேட்டிங்கானார்,
சந்தையில் டாலரானார்
மதத்தில் பிரச்சாரக்கானார்
தேர்தலில் ஓட்டானார்
வி.ஹெச்.பி. காரர்களின்
வாள் முனையில் குருதியானார்

பாலும் தெளிதேனும்
பாகும் வைத்துப் படைத்த
தமிழ்ச் சாதி

உண்டியலைப் பிரித்து
சரக்கும் சைடிஷும்
வைத்துப் படைக்கிறபோது

'அதிருதா நெஞ்சம்
அதிரணும் மாமே'

டி.ஆரும் அசல் கோளாரும்
சங்கத் தமிழ் அருள

சங்பரிவார் குரூப்
'பதறுதா உள்ளம்
பதறணும்டா'
கோரஸ் பாட

இந்தக் குத்துப் பாட்டும்
கும்மாளமுமா பக்தி?

பீதியாகிறார்கள்
சாணிப் பிள்ளையார்
அம்மாக்களும்
அக்காக்களும்.

பெருமிதம்

பிரதமர் அவர்களே
ஏழைத்தாயின்
பிள்ளை நீங்கள்
ஏழ்மையை ஒழிப்பீரென
நினைத்தோம்

இப்படி, ஏழைகளை
மறைப்பீரென
கனவிலும் எண்ணவில்லை

இந்தியாவின் அவமானம்
ரஃபேல் விமானங்கள்
பாபர் மசூதி இடிப்பு
பெஸ்ட் பேக்கரி கொலைகள்
வங்கிகளை ஏமாற்றுபவர்கள்

இந்தியாவின் அவமானம்
ஊழல் லஞ்சம் வறுமை பசி
படித்தவர்களை
பகோடா போடச்சொல்வது

துரதிர்ஷ்டவசமாக
நீங்களோ குடிசைகளை
அவமானமாகக் கருதுகிறீர்கள்

வலசை வருகிற பறவைகள்
அம்பானி வீட்டு
ஐம்பதாவது மாடியில்
மோதி உயிர்விடுகின்றன

அமெரிக்க அதிபரும்
ரஷ்ய அதிபரும் வரும்போது

இந்தியக் குடிகளுக்கு
சொந்தக் குடிசைகளே சிறையாகிவிடுகிறது

எங்கள்
குடிசைகளைப் போலவே
அரைநிர்வாணமாக நிற்கும்
காந்தியைப் பார்த்துகூட
ஜப்பான், பிரிட்டன்
பிரதமர்களுக்கு
கண் கூசலாம்
அவர் சிலையையும்
இப்படி கிழிந்த துணியால்
மூடுவீர்களா

ஜி 20 வாரணாசியில் நடந்தால்
கங்கைக்கரை
அகோரிகளைச் சுற்றி
துணி கட்டுவீர்களா?

பாலிவுட் நாயகியரின்
அரை நிர்வாணம்
சங்கராச்சாரிகளின்
வெற்றுடம்பெல்லாம்
ஆபாசமில்லை
கலாச்சாரம்

ஏழை குடிசைகள்
ஏழைகளின் வெற்றுடம்பு
நடுவீதியில் திறந்துகிடக்கும்
அவர்கள் வாழ்வு
உங்களுக்கு அவமானம்

மசூதியை
இடிக்கக் கூப்பிட்டபோது

இந்துவாக இருந்தோம்
கனடா அதிபரும்
பிரான்சு அதிபரும் வரும்போது
ஏழைகளாகத் தெரிகிறோமா?

ஓட்டுப் போடும்போது
இந்தியர்களாக இருந்தோம்
ஜி 20 நடக்கும்போது
ஏழைகளாகத் தெரிகிறோமா?

எங்களுக்காவது
குடிசை இருக்கிறது

இந்தியாவை
ஆள்வோர்க்கு?

மானம் இல்லை
ஈனம் இல்லை
ஈரம் இல்லை
நேர்மை இல்லை

'இனி, குடிசை வாசிகள்
இந்தியர்கள் அல்லர்!'
குடியுரிமைச் சட்டத்தில்
திருத்தம்
செய்துவிடுங்கள்

பிறகு, நீங்கள்

ஜோபைடனுக்கு
ரிஷி சுனக்கிற்கு
புமியோ கிஷிடாவுக்கு
ஜஸ்டின் ட்ரூடோவுக்கு
இமானுவேல் மேக்ரானுக்கு
சிறில் ரமாபோசாவுக்கு

அம்பானி வீட்டை
அதானி துறைமுகத்தை
பட்டேல் சிலையை
கிங்ஃபிஷர் ஆலையை
ராமர் கோவிலை
லுலு மாலை
தாஜ் நட்சத்திர விடுதியை
இந்தியாவின்
பெருமிதமாகக் காட்டலாம்

இறுதியாய் ஒன்று
உங்கள் பாரத் மாதாவிடம்
வேண்டிக் கொள்ளுங்கள்

கக்கூஸ் இல்லாத
குடிசைவாசி யாராவது
திரையைக் கிழித்துவந்து
ஜி 20 மாநாட்டு வாசலில்
அவசரத்துக்கு
'ஆய்' போய்விடக்கூடாது

நாறிவிடும்
தூய்மை இந்தியா.

சனாதனம்

இந்தியாவில்
இரண்டு 500 ரூபாய்
நோட்டுகளுக்கிடையே
பாகுபாடில்லை

ஆனால்,
இந்தியப் பல்கலைக் கழகங்கள்
வழங்கும் இரண்டு
பி.இ பட்டங்களிடையே
இடைவெளி இருக்கிறது

இரண்டு இந்திய மாணவர்கள்
கொண்டு வருகிற
மதிய உணவு டப்பாக்களில்
அடைக்கப்பட்டிருக்கும்
ரவா உப்புமாவின்
சுவை ஒன்றாக இருக்கலாம்
மதிப்பு வேறு வேறு

அரசு அலுவலகங்களுக்கு
ஒரே விலை கொடுத்து வாங்கிய
இரண்டு நாற்காலிகள்
ஒரே உயரத்தில்தான் இருந்தன
அதில் இரண்டு குமாஸ்தாக்கள்
அமர்ந்தபோது
ஒரு நாற்காலி மட்டும்
ஒவ்வொரு நாளும்
ஒரு இஞ்ச் வளர்கிறது

இந்தியாவில்
இரண்டு மருத்துவர்களின்

ஸ்டெத்தாஸ்கோப்
இதயத்துடிப்பை
ஒரே மாதிரி எண்ணுகிறது
ஆனாலும் இருவரில்
ஒருவரது ஜாக்கி ஜட்டியும்
லெவி ஜீன்ஸும்
எப்படிதான் தீட்டாகிறதோ

இந்தியாவில்
பெண்ணின் தூமைக்கும்
பசுமாட்டு மூத்திரத்துக்கும்

பானர்ஜிக்கும்
மகருக்கும்

சங்கர மடத்துக்கும்
நாடாளுமன்றத்துக்கும்

இபிகோவுக்கும்
மநுவுக்கும்

நித்திய இடைவெளி

இதைத்தான்
தருமமென்கிறீர்கள்
தத்துவமென்கிறீர்கள்
வாழ்வியல் என்கிறீர்கள்

நாங்கள்
'போடா மசுரு' என்கிறோம்.

வலி

அழுவது வலியல்ல
ரகசியமாக
அழ நேர்வதே
வலி.

அழைப்பு

குறிஞ்சியும் காந்தளும்
வேங்கையும் மணப்பவள் நீ
உன் குறிஞ்சியாழில் வெறியாடும்
சேயோன் யான்

ஆண் புலிகள் காதல்மேவ
இணையை நாடும் இக்கானகத்தே

கிழங்கு அகழ்ந்தும் தேனெடுத்தும்
உனக்காகக் காத்திருக்கிறேன்

தினையும் மலைநெல்லும்
மூங்கிலரிசியும் வேகின்ற
வாசனை எழும்
சிறுகுடிகளைக் கொண்ட

ஓயாது அருவி விழும்
வளமார்ந்த நிலம் நம்முடையது

வேங்கை திமிசு தேக்கு சந்தனம்
அகில் அசோகு மூங்கில் நாகம்
கடம்பு கருங்காலி பலா செழித்த
நம் வனத்தின் கூதிர் காலத்தில்
பௌர்ணமி அலைகள் புரள்கின்றன

குறவரும் பொருப்பரும் வெற்பனும்
சிலம்பனும் நாடனும் கொடிச்சியும்
கானவரும் உறங்கிய
யாமம் அழைக்கிறதடி வள்ளி

அன்னை உமையளித்த சக்தியின்
வேல் தாங்கிய உன் தலைவன்
முருகன் அழைக்கிறேன்

வா நம் உரிப்பொருள்
அறியாதவளா நீ.

கழியுமொரு பருவம்

வானத்தில் கொக்குகள்
அதிகம் பறக்கின்றன

நீர் வற்றிய வாய்க்கால் மருங்கில்
பசுமையிழந்த புற்களை
வற்றிய மடிகொண்ட பசுக்கள்
சுவாரசியமற்று மேய்கின்றன

அறுவடை நிலங்களிலிருந்து
தானிய மூட்டைகளை
உழுகுடிகள் சந்தைக்கு
ஏற்றிச் செல்கிறார்கள்

ஊருக்கு செல்லும் மூதாட்டிகள்
சுருக்குப் பையை அளைந்து
பேரப் பிள்ளைகளுக்கு
வெள்ளெரிப் பிஞ்சுகள் வாங்குகிறார்கள்

ஒரு வாடிக்கையாளனும்
கிடைக்காமல் டீ குடித்தே
பசியாறுகிறான்
பாதையோரத்தில்
பனிக் குல்லாக்களை விற்பவன்

ஒரு பருவம் விடைபெறுகிற போது
'இந்த ஆண்டும்
மகள் கேட்ட நீல நிற ஸ்வெட்டரை
வாங்கித்தர முடியவில்லையே!'

வருத்தத்தில் நீண்ட பயணத்திடையே
அறுந்த செருப்பை தூக்கி எறிந்து
கோடையின் முதல் சூட்டில்
காலடி வைக்கிறான்
ஒரு கிராமத்துத் தந்தை.

இ | ந் | தி | யா

இந்தியா என்பது
இந்தி மட்டுமில்லை

இந்தியா என்பது
தமிழ்
மலையாளம்
கன்னடம்
ஒடியா
பீகாரி
இராஜஸ்தானி
பஞ்சாபி
அஸாமி
வங்கம்

இந்தியாவில்
ராமர் கோவில் மட்டும் இல்லை
பொற்கோவிலும் இருக்கிறது

இந்தியாவுக்கு
ஒரு குடியரசுத்தலைவர்
ஒரு பிரதமர்

கடவுள் விசயம்
அப்படியில்லை

அல்லா
பிதா
வீரன்
மாடசாமி
கருப்பு
மாரியாத்தாவென
ஆயிரம் கடவுள்கள்

பாராளுமன்றம்
முன்னால்
ஒரே ஒரு
கொடிமரம்தான்

இந்தியாவிலோ
போதி
சினார்
பனையென
பண்பாடு வீசும்
மரங்கள் ஏராளம்

இந்தியா கேட்பது
இராமாயணம்
மகாபாரதம்
மட்டுமில்லை

மதுரைவீரன்
நல்லத்தங்காள்
கதைகளையும்தாம்

இந்தியக் கல்லறைகளில்
கோட்சே கோல்வால்கர்
சாவர்க்கர் மட்டும்
உறங்கவில்லை

பகத்சிங்கும்
உத்தம்சிங்கும்
உறங்குகிறார்கள்
உறக்கம் வராமல்
வெமுலாவும் அனிதாவும்
புரண்டு படுக்கிறார்கள்

இந்தியா என்பது
சந்திராயன்
மட்டுமல்ல

மனுவெனும்
அழுக்குத் துணியில்
மறைக்கப்பட்டிருக்கும்
மலம் அள்ளும்
வாளியும்தான்

இந்தியா என்பது
கங்கைக் கரை
கோதுமை மட்டுமல்ல
கோதாவரி காவிரிப் படுகை
நெல்மணிகளும்தாம்

இந்தியா
தாகூரோடு
மனோன்மணியத்தையும்
இசைக்கிறது

இந்தியா என்பது
ரிலையன்ஸ்
இந்துஜா
சன் ஃபார்மா
விப்ரோ
மட்டும் அல்ல

இந்தியா என்பது
பாரதி நகர்
எட்டாவது குறுக்குசந்தில்
உப்புக்கடலை விற்கும்
அண்ணாச்சியும்தான்

அம்மாக்களை விடுதலை செய்யுங்கள்.

விளம்பர அம்மாக்கள்
துணிகளை வெளுத்தபடி
இருந்தார்கள்

பிள்ளைகளுக்கு
ஹார்லிக்ஸோ காம்ப்ளானோ கலந்து
அவர்களை எருமைமாட்டைப் போல்
வளர்த்துக் கொண்டிருந்தார்கள்

ஆச்சி மசாலா
மாகி நூடுல்ஸ்
ஆரோக்யா பால் கொடுத்து
குழந்தைகளை
கொழுக் மொழுக்
ஆக்கினார்கள்

சினிமா அம்மாக்கள்
குடித்துவிட்டு
பாதிராத்திரியில் வரும்
பிள்ளைக்கு தோசை
வார்த்துக் கொடுத்தார்கள்

சீரியல் அம்மாக்கள்
மருமகளுக்கு விஷம்
வைத்துக் கொல்வதில்
தோல்வியடைந்தபடி இருந்தார்கள்

இவர்கள்
ஃபேஸ் ஃபவுண்டேஷன்
ஃபேஸ் பேக் போட்ட
மேக்கப் அம்மாக்கள்

இவர்களுக்கு
வேர்வையில்லை
மூட்டுவலியில்லை
மாதவிடாயில்லை
கனவுகளில்லை
காதலில்லை
ஆசைகளில்லை

குழந்தைகளுக்கு
சேவகம் செய்யப்
பிறந்த வேலைக்காரிகளையே
பண்பாட்டு சாதனங்கள்
அம்மாக்களென்றன

கோபம் அதிகம்கொண்ட
ஈரோட்டுக்கிழவன்
இதன்பொருட்டே
கருப்பையை கழற்றி
வீசியெறியச் சொன்னான்

நாற்று நடும்போது
வயல்வெளிகளில்
குரலெடுத்துப் பாடத்தெரிந்த
சின்னப்பொண்ணுகள்
அம்மாக்களுள் இருந்தார்கள்.

வாசல் நிறைத்து கோலமெழுதிய
அம்மாக்களிடமிருந்து
ஒரு ஓவியரைக்கூட
கண்டுபிடிக்க முடியாமல் போனது

முன்னிரவுகளில் கதை சொல்லி
வளர்த்த அம்மாக்களில்

ஒரு லஷ்மியை
ஒரு சிவசங்கரியை
ஒரு அம்பையை
அடையாளம் காணத் தவறினோம்

குல்லாவும் ஸ்வெட்டரும்
பின்னியவர்களை
மறுபடி பேரப்பிள்ளைகளுக்கும்
பின்னச்செய்தோம்

அம்மாவின்
வேர்வையைச் சுவைத்து
வெட்கமில்லாமல் வாழ்ந்து
செத்தபின்பு புகைப்படத்தில்
ஒரு செம்பருத்திப் பூ வைத்து
பாசம் காட்டினோம்

அம்மாக்களை
அவர்கள் வைத்த
வத்தக்குழம்புக்காக
மனைவியிடம்
நினைவு கூர்ந்தோம்

அம்மா என்பவளிடம்
ஒரு தோழி இருந்தாள்
ஒரு காதலி இருந்தாள்
ஒரு சண்டைக்காரி இருந்தாள்
ஒரு ரோஷக்காரி இருந்தாள்
ஒரு கலைமனம்
கொண்டவள் இருந்தாள்
அவர்களை அழித்தே
அம்மா செய்தோம்

வேர்வையில்லாத
ஆசையில்லாத
ஹார்மோன் இல்லாத
இதயமில்லாத
தெய்வமாக்கி
அம்மாவைத் தொழுதோம்

குடிக்கும் மகன்களுக்கு
எப்போதாவது அம்மாவுக்கு
ஒரு வொய்ன் வாங்கித்தர
தோன்றியது இல்லை

எந்த மகனாவது
அப்பாவுக்கு முன்பு
உனக்குக் காதல் இருந்ததா?
கேட்டது இல்லை

அம்மாவை
வேலைக்காரியாக
நடத்தியிருந்தாலும்
பூசையறையில்
அடைத்திருந்தாலும்
இரண்டுமே தவறு

அம்மாக்கள் மனுஷிகள்

பண்பாடு அவர்களை
நிறையவே சிறைக் கம்பிகளை
எண்ணவைத்திருக்கிறது

'இந்த அப்பாவைப் போய்
ஏன்தான் கட்டிக்கிட்டியோ?'
பிள்ளைகள் கிண்டல் செய்தபோது
ரசித்தவன் சொல்கிறேன்

பிள்ளைகளே, உங்கள்
பாசக்கூண்டுகளைத் திறந்து

அம்மாக்களை
விடுதலை செய்யுங்கள்.

அண்ணனுக்கு ஒரு நீதி
தம்பிக்கு ஒரு நீதியா?

ஒரே நாடு
ஒரே கார்டு
ஒரே மொழி
ஒரே தேர்தல்
என்ற பிரதமர்

போபால் கூட்டத்தில்
முழங்குகிறார்

ஒரே பொது சிவில் சட்டம்

ஒரே வீட்டில்
அண்ணனுக்கு ஒரு நீதி
தம்பிக்கு ஒரு நீதியா?

அய்யம் எழுப்புகிறார்

ஒரே வீடுதான்
ராமனுக்கு ஒரு மனைவி
அப்பா தசரதனுக்கு
அப்படியா?

ஒரே வீடுதான்
அண்ணன் உள்ளாடை
தம்பிக்கு பொருந்துமா?

ஒரே வீடுதான்
அய்யப்பன் கோவிலுக்கு
அண்ணன் போகலாம்
அக்காவுக்கு
அனுமதி உண்டா?

ஒரே வீடென்றால்
அப்பா பார்க்கும்
இந்தி படத்தைத்தான்
அம்மாவும்
பார்க்க வேண்டுமா?
அவளுக்கு
ஃபகத் பாஸில் பிடிக்கிறதே
என்ன செய்ய?

யானையும்
சிங்கமும் வாழ்வது
ஒரே காடுதான்
பசியெடுத்தால்
இரண்டும்
மான்குட்டிகளை
சாப்பிடுமா?

ஒரே கூட்டில்
வளர்ந்தவை
என்பதற்காக
குயிலும்
காகமும்
ஒரே குரலில்
பாடுமா?

அரசியல்வாதிகளான
அஜித் பவாருக்கும்
செந்தில் பாலாஜிக்கும்
ஒரே சட்டம் இல்லை
எனும்போது

பிரதமர் அவர்களே
அஞ்சலைக்கும்

ஆபிதாவுக்கும்
ஒரே தாலி சாத்தியமா

சிதம்பரம் தீட்சதர்கள்
கோர்ட்டில்
மனு நீதியைக் காட்டுகிறார்கள்

ராமர் கோவில் வழக்கில்
வக்கீல் வால்மீகியை
வாசித்துக் காட்டுகிறார்

குடமுழுக்கில்
தமிழ் எங்கே?
கேட்டால்
ரிக் யஜூர்
சாம அதர்வணம் காட்டி
வாய்தா வாங்குகிறார்கள்

ஆனால்
இமாம்களிடமிருந்து
குர்ரானையும்
பாதிரியார்களிடமிருந்து
பைபிளையும்
சீக்கிய குருமார்களிடமிருந்து
குரு கிரந்த் சாகிப்பையும்
பிடுங்கிக் கொண்டு
இபிகோவை
வாசிக்கச் சொல்கிறீர்கள்

இந்தியாவுக்கு
ஒரு பொது சிவில் சட்டம்
போதுமென்றால்

பாராளுமன்றம் இருக்க
சட்டமன்றங்கள் ஏன்?

நாளை
கேட்க மாட்டீர்களென்பது
என்ன நிச்சயம்?

பிரதமர் அவர்களே,
இந்தியர் எல்லோரும்
திருப்பதி லட்டையும்
பழனி பஞ்சாமிர்தத்தையும்
சாப்பிட்டு பசியாற முடியாது

சட்டம்போட்டு
கல்யாண விருந்தில்
பீஃப் பிரியாணியை
தடுக்க முடியாது

ஏனென்றால்
பிரதமர் அவர்களே,
இந்தியா ஒரு வீடல்ல
ஒரு அபார்ட்மென்ட்.

90 மிலி அரசு

குடிமக்கள் மீது
அரசுக்குதான்
எவ்வளவு அக்கறை

கட்டிங் பிரிக்க
40% தமிழர்கள்
கட்டிப் புரள்கிறார்களாம்

கவலை வேண்டாம்
90 மிலி போத்தலை
கையளிக்கிறது அரசு

விளை நிலங்களில்
உடைத்துப் போட்ட
பியர் பாட்டிலால்
உழவு மாடுகளும்
உழுகுடிகளும்
குருதி சிந்துகிறார்களாம்

தாங்குமா
திராவிட மனம்

டெட்ரா போத்தலை
நீட்டுகிறது டாஸ்மாக்

கொளுத்துவேலை
போகும் அப்பனுக்கு
கை நடுங்குகிறது
பிரேயரில் நிற்க முடியாமல்
பிள்ளைக்குக் கால் நடுங்குகிறது

*காலை 7 மணிக்கு
பாரும் உண்டு
சோறும் உண்டு
ஆணையிடுகிறது
திராவிட மாடல் அரசு*

*மனுவை எதிர்க்கிறார்களென
திராவிட அணியில் நின்றால்
மதுவைக் கொடுத்து
குடிகாரனெனும்
ஐந்தாம் வருணத்தை
உருவாக்குகிறார்கள்*

*உடல் மண்ணுக்கு
உயிர் மதுவுக்கு
உருவாகிறது
புதிய பாடாண்திணை*

*குடி உயர
கோன் உயர்வான்*

*ஔவைத் தமிழின்
அர்த்தத்தை
திரிக்கிறது
90 மிலி அரசு.*

இது யாருக்கான வசந்தம்?

தக்காளி இல்லாமல்
ரசம் வைக்க
யு டியூபில் தேடுகிறாள் அஞ்சலை

வெங்காயம் பூண்டு இல்லாமல்
ரசம் வைக்கும் நிதியமைச்சரிடம்
ரெசிப்பியிருக்கலாம்

துவரம் பருப்பு டப்பாவில்
காற்று நிரம்பியிருக்கிறது
சர்க்கரை டப்பாவில்
ஏழு சிற்றெரும்புகள்
குடியிருக்கின்றன

ஒரு கிலோ கோதுமை
ஒரு கிலோ ரவை
அரை கிலோ தக்காளி வாங்க
லோன் தருவீர்களா?

அஞ்சலை
ஏதோ ஜோக் சொன்னதுபோல்
வங்கி மேனேஜர் சிரிக்கிறார்

ரிலையன்ஸ் ஃபிரஷுக்கு
லோன் தர
இந்திய வங்கி அதிகாரிகள்
தவம் கிடப்பது அவருக்குத்
தெரியாமலா இருக்கும்?

பாவம் அம்பானியும்
கடன் வாங்குகிறாரே?

ஏழையாகிவிட்டாரோ
எண்ணினால்

2பிஹெச்
அபார்ட்மென்ட் வாங்க
ரிலையன்ஸ் ஃபைனான்ஸை
ஆற்றுப்படுத்துகிறார்
ரியல் எஸ்டேட் புரோக்கர்

நடு வழியில் நின்றுபோக
பைக்கைத் தள்ளும் மிடில்கிளாஸ்
அரைலிட்டர் பெட்ரோலுக்கு
அண்டை வீட்டுக்காரரிடம்
அலைபேசியில் மன்றாடுகிறது

நயாரா எனர்ஜியும்
அதானி வெல்ஸ்பனுக்கும்
இந்தக் கவலை இல்லை
பெட்ரோலிய அமைச்சர்
ஹர்தீப் சிங் பூரி
பார்த்துக் கொள்வார்

பணக்காரர்களுக்கு
கடன் சேவை செய்ய
ஆர்பிஐ இருக்கிறது

ஏழைகளுக்கு?

பிளிப்கார்ட்
பேடிஎம்
பாரத் பேயை
கைகாட்டுகிறார்

ஆர்பிஐ கவர்னர்
சக்திகாந்த் தாஸ்

எரிவாயு சிலிண்டர்
விலை 1100 ரூபாய்
ஏறிவிட்டதே என்கிறார்
ஊடக நிருபர்

வெள்ளை மாளிகை வாசலில்
பிரதமரை கரம்பற்றி
அழைத்துச் செல்லும்
ஜில் பைடனை
பெருமையோடு காட்டுகிறார்கள்

பிரதமர் மதிப்பு
உயர்ந்து என்ன பிரயோசனம்?
சின்ன வெங்காயம்
விலை உயர்கிறதே ஜி

இது யாருக்கான வசந்தம்?
எதிர்க்கட்சிகள் கேட்கின்றன

அடுத்தமுறை
ஓட்டுப்போடும்போது
சிந்திக்காவிட்டால்

அரிசி இல்லாமல்
சோறாக்கவும்
பருப்பு இல்லாமல்
குழம்பு வைக்கவும்
ரெசிப்பி வைத்திருக்கும்
யூ டியூபர்கள்

இந்தியாவில் வசந்தத்தை
அனுபவிக்கக்கூடும்.

உடைப்புச் செய்திகள்

சத்யம் சினிமாவிலிருந்து திரும்பிய
ஹேஷ் டேக் பிரியனொருவன்
முகநூல் பக்கத்திலிருந்து வைரலானது

ஆதித்த கரிகாலனைக் கொன்றது யார்?

பில் உண்மையா?
ஆடியோ குரல்
சித்தரிக்கப்பட்டதா?
ஜி ஸ்கொயர்
கொடநாடு
மர்மங்கள் தீரவில்லை

ஆதித்தனில்லை
செத்தது சமூக நீதி
இதுவா திரவிட மாடல்?
பொங்கி எழுந்தார்
நாம் மனிதர் கட்சித் தலைவர்

எல்.கே.ஜி வாண்டு
டியூஷன் மிஸ்ஸிடம் கேட்டது

எதிர்க்கட்சித் தலைவர்
சட்டசபையில் கேட்டார்

வலது சாரி ஆதரவாளர்
டி.வி விவாதத்தில் கேட்டார்

வொய்ட் ஷீப் யூ டியூப் சேனல்
பூ விற்கும் ஆயாவிடம் கேட்டது

ஆர்வம் தாங்காமல்
ஜோ பைடன்
சி.ஐ.ஏவிடம்
விசாரித்தார்

ஆதித்த கரிகாலனைக்
கொன்றது யார்?

வேங்கை வயலில்
கண்டுபிடிக்காத போலீஸா
கடம்பூரில் நடந்ததை
கண்டுபிடிக்கப் போகிறார்கள்?

முதல் அமைச்சர் முன்னால்
நடுங்கியபடி அமர்ந்தனர்
டிஜிபியும் தலைமைச் செயலரும்

மணிரத்னத்தை விசாரித்தீர்களா?
ஜெயமோகனிடம் கேட்டீர்களா?
விக்ரமிடம் பேசினீர்களா?
ஐஸ்வர்யாராயை அழைத்தீர்களா?
கார்த்தி என்ன சொன்னார்?
கோட்டை எழுப்பிய
தோட்டா தரணிக்கு
நோட்டீஸ் அனுப்பினீர்களா?

கேள்விகளால் நாக்கு வறண்டு
தண்ணீர் குடித்தார் முதல்வர்

ஓயிஜா போர்டில்
கல்கியை அழைத்தும்
கேட்டுவிட்டோம்
கடம்பூர் இருள் அகலவில்லை
டிஜிபிக்கு பதற்றம் தணியவில்லை

கழிப்பறையிலிருந்து திரும்பிய
எல்கேஜி வாண்டு
பிரேக்கிங் நியூஸ் பிஜிஎம் கேட்டு
டிவி முன்பு நின்றது

உயிரோடுதான் இருக்கிறார்
ஆதித்த கரிகாலன்

நந்தினியோடும்
வந்தியத்தேவனோடும்
குந்தவையோடும்
இன்னும்
தொடர்பில் இருப்பதாக

சிரிக்காமல்
சீரியஸாக
ஊடகங்களிடம்
சொல்லிக் கொண்டிருந்தார்
நின்றசீர் நெடுமாறன்.

செங்கோல் நாயகி

அஞ்சலையை காதலித்தது
எத்தகைய தவறு

பிறந்த நாளுக்கு
என்ன வேண்டுமென்றேன்

சங்க இலக்கியம் பயின்றவள்

ஆரப்பூண் ஆழிமோதிரம்
கட்டு வடம் குழை
தோள்வளை
திருக்கோவை

நாளணி பொற்பூ
மதாணி மகர வலயம்
முச்சி முத்தணி

ஆன்டிக் வகைகள்
கேட்பாளென நினைத்தேன்

இல்லை,

புன்னகை இருக்க
பொன்னகை ஏன்?
மறுப்பாளெனவும்
மயங்கினேன்

புது நாடாளுமன்ற விழா
'லைவ்'வில் இருந்தவள்
'செங்கோல் வாங்கித் தா!'
வலது கண்ணைச் சிமிட்டினாள்

ஆரிக்கிளும்
வென்ட்ரிக்கிளும்
தடுமாறிய கணமது

சாதாரண குடிகள்
நமக்கெதற்கு செங்கோல்?

நீதானே சொன்னாய்
உன் காதல் தேசத்தின்
ராணியென்று

காதல் போதையில்
உளறியதற்கு
இவ்வளவு
பெரிய தண்டனையா?

செங்கோன்மை
பொருள் அல்ல
மன்னருக்கான
ஓர் உருவகம்

என்றல்லவா
சொன்னான்
வள்ளுவன்?

தயக்கத்தோடவள்
வதனம் நோக்கினேன்
முகத் தாமரை சிவந்தது

கோல் உயரக்
கோன் உயர்வான்
அவ்வை சொல்கிறாள்

வளையாத செங்கோல்
வளைந்தது
இளங்கோ பாடுகிறான்

பிரதமர் கையில் இருப்பது
வெறும் கருத்தா ? கருவியா ?

நிதியமைச்சரைவிட
அதிகம் கோபப்படுகிறாளே !

ஐபிஎல் சீசன்
ஒரு யார்க்கர் வீசுவோம்

'கோலினும் தண்ணிய
தடமென் தோளே'
செங்கோலைவிட குளிர்ச்சியானது
கரிகாலன் காதலியின் தோள்

நானில்லை சொல்வது
உருத்திரங்கண்ணனார்

பந்து எல்லையைத்
தாண்டி விழும்போது
திருவாடுதுறை ஆதீனத்தைப்
பணிந்து நின்றேன்

ஸ்ரீலஸ்ரீ அம்பலவாண
தேசிக பரமாச்சாரிய ஸ்வாமிகள்
லொகேஷன் ஷேர் செய்ய

வும்மிடி பங்காரு
முன்னால் நின்றது ஓலா

செய்கூலி
சேதாரம் போக

*75 லட்சம் ஆகும்
பரவாயில்லையா?
புழுவைப்போல
பார்க்கிறார்
அமரேந்திரன் வும்மிடி*

*பெட்ராமாக்ஸ் லைட்டேதான்
வேணுமா?
பட்டுப்புடவையொன்று
பரிசீலிக்க ஆகாதா?*

*வாட்சப்பில் அனுப்பி
அஞ்சலையின்
நீல டிக்கிற்கு
காத்திருக்கிறேன்.*

தாழும் செங்கோல்

திரௌபதியிடம்
பாலியல் சீண்டலைத்
தொடங்கி வைத்த
மல்யுத்த வீரன் கீசகன்

அவனை
வதம் செய்தான் பீமன்

அவனும் ஒரு
மல்யுத்த வீரன்

அது துவாபர யுகம்

எஃப்.ஐ.ஆர் பதியப்பட்ட
கீசகனுக்கு
சென்ட்ரல் விஸ்டாவில்
சிவப்புக் கம்பள விரிப்பு

இது கலியுகம்

கோவில் கட்டி
ராமனை
உள்ளே வைத்தவர்கள்

நாடாளுமன்றம் கட்டி
திறப்பு விழாவுக்கு
ராவணனை
அழைக்கிறார்கள்

தங்கல் பார்த்து
வளர்ந்த அஞ்சலைகளின்

கட்டா குஸ்த்தி கனவு
சாக்ஷி மாலிக் விட்ட
கண்ணீரில் கரைகிறது

கருப்பையில் உயிர்விட்ட
பெண் குழந்தைகளுக்கு
வீரவணக்கம் செலுத்த

அழகிய வதனங்களில்
ஆஸிட் ஊற்றி அழித்த
பேய்க்கரங்கள் நடுங்க

சரித்திரம் நெடுக
தாம் இழந்த
அரியணைகளை மீட்க

இருளை, புயலை ,
குளிரை, வெம்மையை ,
வறுமையை, கேலியை ,
அவமானத்தைக் கடந்து

மல்யுத்தக் களத்தில் எழுந்த
இந்திய வீராங்கனைகளே

கீதா போகாட்
வினேஷ் போகட்
அன்ஷூமாலிக்
அல்கா தோமர்

நிஷா தஹியா
ரிது போகட்
திவ்யா கக்ரன்
சாக்ஷி மாலிக்
அனைவரும்

தோஹா
ஒலிம்பிக்
காமன்வெல்த்
ஆசியா
வெற்றிமேடைகளில்
இவர்கள் நின்றபோது

இந்திய அன்னை
தங்கப்பதக்கம் அணிந்து
பெருமை கொண்டாள்

போட்டியாளர்கள்
இவர்களிடம் தோற்று
வீழ்ந்தபோது
விண்ணோக்கி எழுந்தது
இந்தியாவின்
மூவண்ணக் கொடி

சாதித்து தாயகம்
திரும்பியோரைத்
தழுவி மகள்களென
மகிழ்ந்தார் பிரதமர்

களத்தில் பட்ட காயங்களை
ஏழைப் பெற்றோரின்
வேர்வையாலும்
ஹரியானா கிராமத்துப்
புழுதியாலும் ஆற்றியவர்கள்

ஆண் அதிகார
கயமை அளித்த
காயத்தால்
ஜந்தர் மந்தரில்
கண்ணீர் உகுக்கிறார்கள்

மருந்துபோட வேண்டிய
தந்தை
மௌனம் காக்கலாமா?

பிற தேசத்தை
வென்றவர்கள்
சொந்த தேசத்திடம்
தோற்கிறோமோ?

கங்கைக் கரையில்
கலங்குகிறார்கள்

கழுத்தில் கிடக்கும்
பதக்கங்கள்
பாவம்போல் கனக்க

வீசத் துணிகிறார்கள்

அரற்றும் அகோரி ஒருவரிடம்
ஊடகம் மைக்கை நீட்ட

இந்தியாவெங்கும் கேட்கிறது

'தாழ்கிறது செங்கோல்!'

திரௌபதி யாருக்கு சொந்தம்?

உலகம்
வலது இடதாகப்
பிரிந்திருக்கிறபோது

இந்தியாவும்
தமிழகமும்
மேல்பாதி
கீழ்பாதியாகப்
பிரிந்திருக்கிறது

இதில் ஒருவர்
நடுப்பாதியில் நிற்பது
அறமாகாது

மகாபாரதத்தில்
அர்ச்சுனன் வென்றது
ஒரு பெண்ணை

இது தெரியாமல்
'ஐவரும் சமமாகப்
பிரித்துக் கொள்ளுங்கள்!'
என்றாள் குந்தி

குந்தியின் பிள்ளையே
கர்ணனும்

தேரோட்டி மகனென்பதால்
பாஞ்சாலியின் சுயம்வரத்தில்
கலந்துகொள்ள முடியவில்லை

ஆனாலும்

போர்க்களத்தில்
கர்ணன் இறந்தபோது
இரண்டுபேர்
கண்ணீர் விட்டார்கள்

ஒருவன் துரியோதனன்
மற்றொருத்தி
திரௌபதி

பாண்டவர் போலவே
அவளைச்
சொந்தம் கொண்டாட
கர்ணனுக்கும்
உரிமையிருந்தது

இது திரேதா
யுகமில்லை
2 கே யுகம்

நாம் பாண்டவர்களோ
கௌரவர்களோ அல்லர்

உழுகுடிகள்
தமிழர்கள்

நம் தாத்தாவும் பாட்டியும்
எப்படி பாடப் புத்தகங்களைப்
பார்த்ததில்லையோ

அப்படிதான்
நம் கிராமத்து
திரௌபதியம்மன்

வேதமோ கீதையோ
வாசிக்காத
அப்பாவி தெய்வம்

புழுதி பறக்கும் வீதிகளில்
நீர் தெளித்து கோலமிழைக்க
வற்றிய கன்னமுடைய
அம்மாக்கள் அத்தைகள்
கொஞ்சம் பவுடர் பூசி
சாந்துப் பொட்டு
வைத்துக் கொள்ள

வெறும் பொரித்த அரிசியை
தின்ற குழந்தைகள்
வெல்லமும் பச்சரிசி மாவும் கலந்த
மாவிளக்குகளை சுவைக்க

ஒளியறியாத சிற்றில்களில்
சிறிய நல்லவிளக்குகளை ஏற்ற
தேரேறியல்ல
எளியோரின் தோளேறி
வீதிக்கு வந்த தெய்வம்

நம்மிடம்
கலப்பை
மண்வெட்டி
கடப்பாறை
மட்டுமே இருக்கிறது

நாம் கும்பிடும்
திரௌபதியிடமும்
ஒரு துருவேறிய
சூலம்தான் இருக்கிறது

மழை பொய்த்து
சம்பா பட்டம் பதரானபோது
'தெய்வமே கண்ணில்லையா?'
உரிமையாய்த் திட்டியதை
பொறுமையாய்க் கேட்டவள்

களைபறித்த அழுக்கோடு
ஆலயம் வந்த
அஞ்சலை மேலேறி
சாதி பார்க்காமல்
அருள் சொன்னவள்

மலர்களை அல்ல
நம் கண்ணீரைத் தூவி
வழிபட்ட தெய்வமவள்

அவள் ஆலயத்தில்
தொங்கும் பூட்டை
அரசியல் வாதிகள்
ஆட்டட்டும்

திரௌபதி
யாருக்கு சொந்தம்?

அற மன்றம்
என்ன சொல்லுமோ
தெரியாது

தமிழன்னை
என்ன கூறுகிறாள்?

கேட்டேன்

அன்று குந்தி
சொன்னதுதான்

'தமிழர் அனைவர்க்கும்
சொந்தம்.'

(அ)ண்ணா யிசம்

'போஸ்டர் ரெடி
அண்ணன் ரெடி'

கவுன்சிலர் கனவில்
சிலிர்க்கிறார்கள்
ரசிகர்கள்

பாட்டு வேறு
ஓட்டு வேறு
பயமுறுத்துகிறார்
ஜெயக்குமார்

டி ஆர்.பி வேறு
வோட்டிங் மெஷின் வேறு
அனுபவம் பேசுகிறார்
சீமான்

அண்ணாயிசமும்
'ண்ணா' யிசமும் ஒன்றா?
நக்கலடிக்கிறார்
எடப்பாடி

அடுத்த சூப்பர் ஸ்டார்
வானத்தில்
பறந்து உதைக்கிறார்
வில்லன்கள்
அந்தரத்தில் மிதக்கிறார்கள்

தக்காளிக் கூடைகளை
நசுக்குகிறார்
சாமந்திக் கூடைகளை

பறக்கவிடுகிறார்
கண்ணாடி சன்னலை
தெறிக்கவிடுகிறார்

விக்ரம் தர்மா
பீட்டர் ஹெய்ன்
கனல் கண்ணன்கள் உதவ

எலக்ஷன் ஏரியாவுக்கு
ஸ்டண்ட் மாஸ்டர்கள்
பிரசாந்த் கிஷோர்
சுனில்

இளைய தளபதியிடம்
இருப்பவரோ
புஸ்ஸி ஆனந்த்

ஃபர்னிச்சரை
உடைப்பாரா தளபதி?

லேசாக டவுட் வருகிறது
மக்கள் இயக்க
கண்மணிகளுக்கு

கில்லி
துப்பாக்கி
பாட்டுப் புத்தகம்
படிப்பவர்களிடம்
பெரியாரைப் படி
அம்பேத்கர் படி
உபதேசிக்கிறார்

ரோகிணி தியேட்டர்
எதிரே விற்பார்களா?

சத்யம் சினிமாஸ்
வாசலில் விற்பார்களா?
தடுமாறுகிறார்கள்
தம்பிகள்

ஸ்டாலின் எடப்பாடியை
எதிர்க்கிறார்
எடப்பாடி ஸ்டாலினை
எதிர்க்கிறார்
இருவரையும்
அண்ணாமலை
எதிர்க்கிறார்

தளபதி யாரை
எதிர்க்கப் போகிறார்?

ஹீரோயின் அப்பாவையா?
வெளிநாட்டு மாப்பிள்ளையையா?
டேனியல் பாலாஜியையா?
சோனு சூட்டையா?
சாய் தீனாவையா?

காத்திருக்கிறது
ரசிகர் பட்டாளம்

எம்ஜிஆருக்கு
அண்ணா இருந்தார்
ஜெயலலிதாவுக்கு
எம்ஜிஆர் இருந்தார்
எடப்பாடி காட்ட
இருவர் நினைவிடங்களும்
இருக்கின்றன

ரியல் தளபதிக்கு
கலைஞர் இருந்தார்
உதயநிதிக்கு
ஸ்டாலின் இருக்கிறார்

ரீல் தளபதிக்கு
பாவம் எஸ்ஏசிகூட
அருகில் இல்லை

வரப்போகிறது 2014

அதிமுகவும் பாஜகவும் பேசுகிறது
திமுகவும் காங்கிரசும் பேசுகிறது
நிதிஷும் மம்தாவும் பேசுகிறார்கள்
ஓபிஎஸ்ஸுக்குகூட பேச
டிடிவி இருக்கிறார்

தளபதி யாரோடு பேசுகிறார்?
எட்டிப் பார்க்கிறார்கள்
மன்றத்துப் பிள்ளைகள்

ஏஜிஎஸ்ஸோடு பேசுகிறார்
வெங்கட் பிரபுவோடு பேசுகிறார்
யுவன் சங்கர் ராஜாவோடு பேசுகிறார்

ஓடிடி ரிலீஸ்
சேனல் ரைட்ஸ்
கூட்டிக் கழித்துப் பார்த்தால்
கணக்கு சரியாக வருகிறது

அண்ணன் அடுத்த படத்துக்கு
அட்வான்ஸ் வாங்குகிறார்

தேர்தலில் நின்றால்
டெபாசிட் வாங்குவோமா?
தடுமாறுகிறார்கள்
மக்கள் இயக்கக் கண்மணிகள்

அனிருத் மெட்டுப்போட
அசல் கோளார் ஒத்து ஊத
'அண்ணன் நான் இறங்கி வரவா'
ஆடுகிறார் தளபதி

யுடியூபில் அள்ளுகிறது
மில்லியன் லைக்ஸ்

ஓட்டாகுமா லைக்ஸ்?

வழக்கம்போல்
டிவியில் நடக்கிறது
அட்டைக்கத்தி சண்டை.

அறையில் ஒளிந்திருக்கும் பேய்

சில நாட்களாகவே
எனது அறையில்
பொருட்கள் காணாமல் போகின்றன

போனமாதம் நகம் வெட்டி
கடந்த வாரம் மை பேனா
எனது ஞாபக மறதியை
சபித்துக் கொண்டேன்

துவைத்து மடித்து வைத்த
டி ஷர்ட்டை அணிவதற்குமுன்
ஒருநாள் முகர்ந்து பார்த்தேன்
யாரோ அணிந்ததுபோல் வாடை

அடிக்கடி சன்ஸ்க்ரீன் டியூப்
திறந்து கிடக்கிறது

இந்த அறையில் ஏதோ
பேய் ஒளிந்திருக்க வேண்டும்

இவற்றையெல்லாம் திருடியதுவரை
பெரிதாய்ப் பிரச்சனையில்லை

அந்தப்பேய் நேற்றிரவு
எனது கட்டைவிரல் ரேகையை
திருடியிருக்கிறது

விடிய விடிய எனது தோழிகளோடு
வாட்சப்பில் அரட்டையடித்திருக்கிறது
அவர்கள் முத்தங்களை பறக்கவிட்டிருக்கிறார்கள்

முகநூலில் அவர்கள் செல்ஃபிக்கு
பாப்லோ நெரூடாவிடம்
சொற்களை கடன்வாங்கி வழிந்திருக்கிறது

காலை அலைபேசி ஒலிக்க
குளித்து முடித்த ஈரக்கூந்தலோடு
திரையில் தோன்றியவள்
'உன்னை பூமர்
என்றதற்காக சாரி!'
கண்ணடித்தாள்

வாட்ரோபில்
மேசை டிராயரில்
அறையெங்கும் தூழாவினாலும்
பேயைக் காணவில்லை

எனக்கு அதைக் கட்டிக்கொண்டு
அழலாம் போலிருந்தது

எவ்வளவு துணிச்சலான பேய்.

முதலை வாயில்

உறவுகளை வைரஸ் தொற்றியது
அரசாங்க ஆஸ்பத்திரி வார்டில்
இடமில்லை
செத்துப்போனார்கள்
இடுகாடு போனோம்
புதைக்கவும் இடமுமில்லை

ஏழைகளுக்கு குந்த குடிசையில்லை
குத்தவச்சிப் போக கக்கூஸ் இல்லை

அரிசி, கோதுமை வாங்க
ரேஷன்கடை இல்லை
மழைக்கு ஒதுங்க
பள்ளிக்கூடமும் இல்லை

மழையில் நனைந்தார்கள்
வெயிலில் உலர்ந்தார்கள்

இரவில் ஆசை விழித்தது
சாலையோர
நிலவொளியைப் போர்த்தி
இணையோடு கூடினார்கள்

பசி என்றால்
ராமர் கோவிலைக் காட்டுகிறார்கள்
படிக்க வேண்டுமென்றால்
பகவத்கீதையைத் தருகிறார்கள்
நோயால் அழுதால்
அனுமன் சிலையைக் காட்டுகிறார்கள்

வாழ்வு இருள்கிறது
சென்ட்டரல் விஸ்ட்டாவில்
எல். இ . டி மாட்டுகிறார்கள்

வண்ணமில்லை
புது நாடாளுமன்றத்துக்கு
பெயிண்ட் அடிக்கிறார்கள்

நடக்கமுடியாமல் நடுங்குகிறோம்
ஊன்றிக் கொள்ள
செங்கோல் தருகிறார்கள்

நீதியைத் தேடினோம்
மனுநீதியைக் கையளித்தார்கள்

இன்று
மக்கள் நலச் சட்டங்களியற்ற
மாமன்றம் திறக்கிறார்களாம்

இதுவரை அப்படி என்னதான்
நமக்காகச் சட்டமியற்றிக்
கிழித்தார்கள் ?

காஷ்மீரிகள் சிறப்பு அந்தஸ்தை
இழந்தார்கள்

குடியுரிமைச் சட்டம்
வடகிழக்கு இசுலாமியர்களை
பயமுறுத்தியது

பணமதிப்பிழப்புச் சட்டம்
நமது 500,1000 ரூபாய் நோட்டுக்களை
செல்லாததாக்கியது

வேளாண் சட்டத்தால்
537 உழுகுடி உறவுகள்
உயிரிழந்தார்கள்

புதிய கல்விக் கொள்கைச் சட்டம்
அரசாங்கப் பள்ளிகளுக்கு
பூட்டு போடப்போகிறது

தலாக் ஒழிப்பு சட்டம்
முஸ்லீம்களின்
படுக்கையறைவரை
எட்டிப்பார்த்தது

உயர்சாதி ஏழைகளைக்
கண்டுபிடித்த சட்டம்
சமூகநீதிக்கு தீ வைத்தது

ஒரு தலைவலி மாத்திரை
வாங்க அவதிப்பட்டபோது
ரஃபேல் வாங்க
சட்டம் இயற்றிய இடமே
நாடாளுமன்றம்

ரியல் எஸ்டேட் புரோக்கர்கள்
ரௌடிகள்
போதை மாஃபியாக்கள்
கஞ்சா சாமியார்கள்
ரிடையர்ட்டு பாலிவுட் நட்சத்திரங்கள்
கார்ப்ரேட் கூலிகள்
என்றாவது அகப்பட்டால்
திஹாருக்குப்போய்
கம்பி எண்ணுவார்கள்

அதுவரை நாடாளுமன்றம் போய்
சுடச்சுட டீயும் சமோசாவும் சாப்பிட்டு
குறட்டை விடுவார்கள்

இவர்கள் நுழைவதற்கு
புதுக் கட்டிடத்தில்
ஞான வாயில்
சக்தி வாயில்
கர்ம வாயில்

நாம்
மாட்டிக் கொண்டிருப்பதோ
முதலை வாயில்.

விநாடிகளின் உலகம்!

பத்து விநாடிகளுக்கு முன்
ஒரு கவிதை புகழப்பட்டது

ஒன்பது விநாடிகளுக்குமுன்
ஒருவன் அழகானவனாகக்
கருதப்பட்டான்

எட்டு விநாடிகளுக்கு முன்
ஒரு பாடலுக்கு கூட்டமாக
ஆடிக்கொண்டிருந்தார்கள்

ஏழு விநாடிகளுக்கு முன்
ஒரு தலைவர் சினிமாவிலிருந்து
உதயமாகியிருந்தார்

ஆறு விநாடிகளுக்கு முன்
ஒருவன் காதலைக் கூறினான்

ஐந்து விநாடிகளுக்கு முன்
தவம்வாங்கி மகவைப்
பெற்றெடுத்திருந்தாள்
தாயொருத்தி

நான்கு விநாடிகளுக்கு முன்
ஒரு ஏவுகணைக்கான
கவுண்ட்டவுன் முடிக்கப்பட்டது

மூன்று விநாடிகளுக்கு முன்
விளக்குகள் ஏற்றப்பட்டன

இரண்டு விநாடிகளுக்கு முன்
நகரத்தின்மீது
குண்டுகள் விழுந்தன

ஒரு விநாடிக்கு முன்தான்
கடவுள் தன் சிறிய புகழையும்
இழந்திருந்தார்.

படித்ததும் கிழித்ததும்
(புத்தக நாளுக்காக)

உங்களிடம் இருக்கும்
எல்லாப் புத்தகங்களையும்
மூடி வையுங்கள்

அவற்றை செல்லரிக்கட்டும்

அதிலிருக்கும் காதல்
உங்கள் இதயத்தின்
அளவுக்குப் பொருந்தாது

அதன் கோபத்தை வைத்து
ஒரு மெழுகுவத்தியைக்கூட
பற்ற வைக்க முடியாது

உங்கள் அம்மாவை திருடியென
அப் புத்தகங்களின்
ஒரு மூலையில்
ஒளித்து வைத்திருக்கிறார்கள்

நீங்கள் யாரோ ஒருவர் கதையில் வாழ்வது
வாடகை இதயத்தோடு
காதலியிடம் பேசுவது போன்றது

உங்கள் தந்தை இகழப்பட்டிருக்கும்
ஒரு கவிதையை நீங்கள்
கொளுத்தியிருக்க வேண்டும்

உங்கள் தமிழாசிரியர்
சொன்னதற்காக
அதை ஆராதித்துக் கொண்டிருக்கிறீர்கள்

உங்கள் பாட்டன் சொற்களில்
புழுதியும் உங்களூருக்கு
அருகில் ஓடிய நதியின்
ஈரமும் இருந்தது

ஆனாலும்
பொன்மொழியை
ஒரு நூலாசிரியனால்தான்
சொல்ல முடியுமென
நம்புகிறீர்கள்

நேற்று
உங்கள் கணவனாலோ
உங்கள் பிள்ளையாலோ
உங்கள் மனைவியாலோ
நீங்கள் வையப்பட்டீர்கள்

அதை நீங்கள்
எழுதியிருக்க வேண்டும்
எழுதும்போது
அவ்வசைக்குப்
பின்னிருந்த நியாயத்தை
உணர்ந்திருக்க முடியும்

இரவு உறக்கம் கலைந்த
உங்கள் சிறு மகவை
சிறுநீர் கழிக்க
அழைத்துச் சென்றபோது
கவிதையொன்றின்
முதல் வரியை
அக்குழந்தை சொன்னது

ஆனாலும்,

குழந்தையின் உதட்டில்
கவிதை இருக்க முடியாதென
அலட்சியமாகத் தூங்கிவிட்டீர்கள்

உங்கள் பக்கத்து வீட்டுக்காரரின்
மகள் டாக்டருக்கு படிக்க முடியாமல்
செத்துப்போனாள்

அவள் அம்மா சொல்லி
அழுத ஒப்பாரியைவிட
சூடான வார்த்தைகளை
எந்தப் புதினத்திலாவது
நீங்கள் படித்திருந்தீர்களா ?

திருக்குறளை
எத்தனை பில்லியன்பேர்
படித்துவிட்டார்கள்

திருட்டு
பொய்
குடி
துரோகம்
ஏதாவது ஒழிந்ததா ?

உங்கள் பிள்ளைக்கு
நீங்கள்தான்
சூரியனை
நிலவை
காட்டினீர்கள்

இளங்கோ பாடிய மழை
தாமிர ஆலைகளை
நனைத்ததில்லை

உங்கள் மழை வேறு

கரிகாலன் ♦ 91

உங்கள் அரசியல் வேறு
உங்கள் உண்மை வேறு
உங்கள் நீதி வேறு

அதை உங்கள்
பிள்ளைகட்கு எழுதுங்கள்
பிழைகள் இருக்கட்டும்
திருத்தி
நாளை உங்கள் பிள்ளை
புதிய புத்தகத்தை
எழுதக்கூடும்

நண்பரே
இதுவரைபடித்து
கிழித்தது போதும்

இப்போது
உங்கள் புத்தகத்தின்
முதல் வரியை
எழுதத் தொடங்குங்கள்

உங்கள்
ஆடு குட்டி போட்டதிலிருந்தோ
உங்கள் தூண்டிலிலிருந்து
தப்பி மீண்டும்
ஓடையில் குதித்த
மீனிலிருந்தோ
அற்ப விசயங்களுக்கான
உங்கள் கடவுளிலிருந்தோ
எழுதுங்கள்

திருபாய் அம்பானி மகன்
முகேஷ் அம்பானியான கதை
நமக்கெதற்கு?

மாடு மேய்த்து
மகனை பஸ் கண்டக்டராக்கிய
தாத்தாவின் கதையை
மகனை என்ஜினியராக்கிய
பஸ் கண்டக்டரின் கதையை
நாம் எழுதுவோம்

அன்றி, வேலையை
12 மணி நேரமாக்கிய
அரசாங்கத்தை
தொழிற்சாலையருகே
ஒரு டீ கடையில் நின்று
திட்டிக் கொண்டிருந்தீரே

அந்தக் கெட்ட வார்த்தையோடும்
தொடங்கலாம்
உங்கள் புதிய புத்தகத்தை.

இந்நகர்

இந்நகரில்

300 மருத்துவர்களும்
101 மருத்துவமனைகளும்
இருந்து என்ன பிரயோசனம்?
500 பேராவது வலியால்
தூக்கமிழக்கிறார்கள்

500 சமையற்காரர்கள்
சிறியதும் பெரியதுமாக
150 உணவங்காடிகள்
இயங்குகின்றன
ஆனாலும் 300 பேராவது
பசியோடு உறங்குகிறார்கள்

மகான்கள் இறங்கி
தலைமூழ்கிய ஒரு நதியும்
கடவுள் தன் துணைவியோடு
போட்டிங் செல்லுமொரு
தெப்பக்குளமும் இருக்கிறது
இருப்பினும் தாகத்துக்கு
பிச்சைக்காரரொருவர்
6 ரூபாய் கொடுத்து
தண்ணீர் பாட்டில் வாங்குகிறார்

250 பாலியல் தொழில்
செய்யும் பெண்கள்
25 செயற்கை கருவூட்டல் மையங்கள்
நிறைந்த இப்புண்ணிய நகரம்
மனவளம் குன்றிய ஒருத்தியை
சில நாட்களுக்குமுன்
பிள்ளைத்தாச்சி ஆக்கியது

75 ஆண் தெய்வங்கள்
45 பெண் தெய்வங்கள்
இந்நகரை அருள்பாலிக்கின்றன
போதாக்குறைக்கு
95 போலீஸ்காரர்கள்
காவல் செய்கிறார்கள்

இருந்தும்
பேருந்து நிலைய
புறநகர்ப் பூங்கா இருளில்
குறைந்தது
50 பேய்களாவது
தூக்கமில்லாமல்
சுத்தி வருகின்றன

75 கவிஞர்களும்
50 மதுவிடுதிகளும்
அழகு செய்யும்
இப்புனித நகரில்
பக்திப் பாடல்களுக்கும்
குத்துப் பாடல்களுக்கும்
குறைவில்லை

1000 இருந்தும் வசதிகள் இருந்தும்

10 மணிக்கு கடை மூடுவதற்குள்
கவிதையின் 10வது வரியை
முடிக்கவியலாமல்
கைநடுங்கும் கவி ஒருவனுக்கு
கட்டிங் வாங்க
10 ரூபாய் குறையுமளவு

குறைந்த புகழுடையதாகவும்
இருக்கிறது இந்நகர்.

துப்பட்டா போடுங்க தோழி

நகரத்தில் துப்பட்டாக்கள்
பறக்கத் தொடங்குகின்றன

டவுன் பஸ்ஸிலிருந்து
ஷேர் ஆட்டோவிலிருந்து
ஓலா ஊபரிலிருந்து
திரையரங்குகளிலிருந்து
சமையலறையிலிருந்து
மருத்துவமனைகளிலிருந்து
சொர்க்கத்திலிருந்து
நரகத்திலிருந்து
கோவில் கருவறையிலிருந்து
துப்பட்டாக்கள் பறக்கத்தொடங்குகின்றன

பெண் சிற்பி ஒருத்தி
பார்வதி தேவிக்கு
கால்சராய் அணிவிக்கிறாள்
ஆகமமும் வேதமும் கற்ற அர்ச்சகி
மாரியாத்தா ரவிக்கையை தளர்த்தி
கோடையை நெகிழ்த்துகிறாள்

முன்பொருநாள்
ரேஷன் கியூவில் நிற்க
மனைவியிடம் சேலை உடுத்தச் சொன்ன இளைஞன்
இறுதிப்படுக்கையில் கிடக்கும்
தாயின் முதுகுப் புண்ணுக்கு
களிம்பு தடவ வசதியாக சேலையை
அவிழ்த்து நைட்டி அணிவிக்கிறான்

மார்பை கண்ணீர்த் துளிகளென
எழுதிய பெண்ணின் கவிதையை
ஒரு யுகத்தின் கோபம் எரித்தது

கலைத்திருவிழாவில் +2 சிறுமி
ஒருத்தி வரைந்த பெண்ணுக்கு
மார்பகங்களுக்குப் பதிலாக
வெடி குண்டு முளைத்திருந்தது

கோடைக்கு வசதியாக
மார்பகத்தை டாட்டூவால் மூடி
கோவிலுக்கு சாமி கும்பிட வந்தவளை
'ஸ்டிங் ஆபரீஷனுக்கு வந்திருப்பாளோ?'
சிவன் சந்தேகமாகப் பார்த்தார்.

ரவிக்கை தைக்கிற கடைகளை
முடிவெட்டுகிற கடைகளை
வியாபாரிகள்
யுனி செக்ஸாக்கினார்கள்

கொஞ்சம்கூட வெட்கம் இல்லாமல்
கொஞ்சம்கூட நாணம் இல்லாமல்
தோளில் நழுவுகிற
பிரேசியர் பட்டை இல்லாமல்
இடுப்பில் சேலையையும்
ரவிக்கையையும் இணைக்கிற
ஊக்கு இல்லாமல்
சுடிதாருக்கு மேலே படபடக்கிற
துப்பட்டா இல்லாமல்
எப்படி பாலினம் அறிவோம்?

பாராளுமன்றத்தில் கவலைப்பட்டார்
சங்பரிவார் எம்.பி ஒருவர்

'ஹாஹாஹாஹா'

பெண் எம்.பிக்களின் சிரிப்பு
கேலியா? விமர்சனமா?
தெரியவில்லை

திரௌபதி சிரிப்புதான்
பாரதப் போருக்குக் காரணம்
வருந்தினார் சபாநாயகர்

துவாபரயுகம்
முடிவுக்கு வந்துவிட்டது
கலியுக பாரதப் போர்
கௌரவர்களுக்கும் பாண்டவர்களுக்கும்
இடையே இல்லை

ஆண்களுக்கும்
பெண்களுக்கும்
இடையிலானது

இப்போதுதான் தெரிகிறது
இந்த நகரத்தில் துப்பட்டாக்கள்
ஏன் பறக்கின்றன என்று

வெற்றியடைந்தவர் கொடி
பறப்பது இயல்புதானே.

தடுமாற்றம்

இன்று காலை
ரோஜாப்பூவாக இருந்தேன்
கொஞ்ச நேரம்தான்
வெய்யில் ஒரு எருமையாக
நெருங்கி முகர்ந்தது
ரோஜாப் பூ இதயம்
படபடவென அடித்தது
மேய்ந்துவிட்டால்
என்ன செய்வது?
கடவுளே என்னை
பட்டாம் பூச்சியாக மாற்று
முட்டை
லார்வா
கூட்டுப்புழு
வட்டத்தில்
சின்ன தடுமாற்றம்
ரோஜாப்பூவுக்கு
சிறகு முளைத்தது.

கட்டைவிரலின் இருப்பு

என் மனசு மிகச் சிறியது
அதை எப்படி சொல்வது?

எல்லாவற்றையும்
அளந்தே பழக்கப்பட்டதால்
கொஞ்சம் புரியும்படியே சொல்கிறேன்

250 மி.லிட்டர் தண்ணீரையோ
எலுமிச்சை சாற்றையோ ஊற்றினால்
நிரம்பிவிடக்கூடிய அளவு சிறியது

ஆனாலும் நானொரு மந்திரவாதி

அதில்
10 டன் ஆசைகளை
100 ஜிஹா பைட் ரகஸ்யங்களை
150 கி மீ நீளும் கனவுகளை
25.05 துரோகங்களை
நிரப்பி வைத்திருக்கிறேன்

இதன் ரொபாடிக் லாக்கரை
கட்டைவிரல் (என்)
ரேகையால் திறக்கலாம்

பிரையன் ஆக்டனைப்போல
மார்க் ஸூகர் பெர்க்போல
கெவின் சிஸ்ட்ரோம்போல
லாரி பேஜ் போல
கழிப்பறைக்குள்
அனுமதியின்றி
வரக்கூடியவரே என் கடவுள்

ஒரு நாள் நகரின் முச்சந்தியில்
கனவானென்று போற்றப்படும் கடவுள்
என் 10 ஜிஹா பைட் ரகசியங்களை
வெறும் 20 டாலருக்கு
ஏலம் விட்டுக் கொண்டிருந்தார்

என் மெட்டா கடவுளை
நான் கனவானென்று நம்புவதற்கு
காரணம் இருக்கிறது

கட்டைவிரல் இன்னும்கூட
என்னிடம்தானே இருக்கிறது.

+2 ஞானம்

மார்பை மறைக்க
தாவணியைப்
பல்லால் கடித்து
முதுகில் ஹூக்கை மாட்ட
சிரமப்பட்டபோதுதான்
பாட்டனி ரெகார்ட் நோட்டு வாங்க
அஞ்சலை
கதவைத் தட்டினேன்
அவளுக்கு ஹூக்
பொருத்தும்போது
அடைந்த ஞானம்தான்
அதிகம்
லட்சியம் ஏதுமின்றி
வாழலாமென்பது.

Dating பரிதாபங்கள்

நெடுநாளாக காதலிக்க விரும்பிய பெண்ணை
ஒரு நாள்
சந்தையில் பார்த்தேன்
'தம்பி' என்றழைத்தாள்
வீட்டுக்கு ஓடி வந்து
கண்ணாடி முன்னால் நின்று
மீசையை நீவிப்பார்த்தேன்
முகத்துக்கு குறுக்கே
ஒரு தார் ரோடு இருந்தது
திருக்குறளொன்றை
வேகமாகக் கத்தினேன்
குரலில் மீன் வெட்டுகிற கத்தி

சிறிது காலமென்
அடுத்த காதலுக்காகக்
காத்திருக்க வேண்டியிருந்தது
இலையுதிர் காலம் பெண்களிடம்
தம்பியை உதிர்த்திருக்குமென
நம்பிக்கை வந்தது
நான் முன்னால் சென்று
நின்ற பெண் 'தோழர்' என்றாள்
ஒருவேளை ஜெ.என்.யுவில் படித்திருப்பாளோ
நான் அவளை
நாஸ்தென்காவாகப் பார்த்தால்
பினராயிவிஜயனைப் போல் பார்க்கிறாளே

மழைக்காலத்தில் பெண்களுக்கு
காதலுணர்ச்சி பெருக்கெடுக்குமென
டேட்டிங் ஆலோசனைகளைப் பகிரும்
நண்பன் கூறியிருந்தான்
புதிதாகத் தெரிவு செய்தவளை
காஃபி ஷாப்புக்கு
வரச் சொல்லியிருந்தேன்
குடையை மடக்கியபடி
'ஹாய் அண்ணா' கூவினாள்
தூரத்தில் இடிவிழுந்து
ஒரு பனை எரியும் வெளிச்சம்
யாராவது மான்குட்டியை
முயலின் பெயரால் விளிப்பார்களா?

வசந்த காலத்தில் விவசாயிகள் நிலங்களை
டிராக்டரால் உழுதார்கள்
முன்னெச்சரிக்கையாக
என் பிரியத்துக்குரியவளின் தலையை
ஓர் இரவில் பர்ஸைப்போலத் திறந்தேன்
அதிலிருந்த
'தம்பி, அண்ணா, தோழர்,
அய்யா, அப்பா '
களைகளைப் பிடுங்கினேன்

நம்பிக்கையோடு
சூரியனை எழுப்புகிறேன்
இன்று மாலை அவளை
சூப்பர்மார்க்கெட்டில்
சந்திக்க வேண்டும்.

கோதை 2K

+2 கோதைக்கு
வாரணமாயிரம் சூழ வலம் செய்து
நாரண நம்பி நடக்கின்ற
கனவுகளில்லை

நீட் எழுதி மருத்துவம்
படிக்க வேண்டும்

நெஸ்காஃபி குடித்து
வெளிர் நீல ஜீன்
கருப்பு டாப்ஸ் அணிந்து
ஆனைச்சாத்தான் கீசும்
விடியற்காலைத் தெருவில்
பாட்டனி டியூஷன் போகிறாள்

பாய்கட் வெட்டிய தலையில்
உல்லன் குல்லாய்
சூடிக் கொடுக்கவன்றி
எப்போதாவது ஊமத்தம் பூவை வெட்டி
குறுக்கு வெட்டுத் தோற்றத்தில்
அல்லி வட்டம் புல்லி வட்டம் வரைகிறாள்

ஸ்ரீராமஜெயம் எழுதும்
அம்மாவுக்கு அருகில்
ஹப்ளஸ் லாவும்
பெல்ஸ் தியரமும்
மனப்பாடம் செய்கிறாள்

ஆண்டாள் பெயர் சூட்டிய
தமிழாசிரிய அப்பாவின்
தொல்காப்பிய மனம்
அவள் ஆங்கில உச்சரிப்பில்
புளகாங்கிதமடைகிறது

பூசையறையில் மாலும்
வரவேற்பறையில்
பெரியாரும் மாட்டியிருக்கும்
தமிழர் வீடுகளில்

டிசம்பர் 24
ஒரு நாளல்ல
சமூகத்தை திருப்பிப் போட்ட
ஒரு வரலாற்று ஞாபகம்.

தொடுங்கள்

இன்று யாரையாவது
தொட்டீர்களா?
உங்களை யாராவது
தொட அனுமதித்தீர்களா?

அந்தி சற்றுமுன்
இரவைத் தொட்டது
அது ஒரு மேஜிக் நிபுணரின்
தொடுகையை ஒத்திருந்தது
வானத்திலிருந்து
நிலா எட்டிப்பார்த்தது

ஒரு பகல் முழுவதையும்
ஒரு இரவு முழுவதையும்
ஒரு மழைக்காலம் முழுவதையும்
ஒரு அறுவடைக்காலம் முழுவதையும்

யாரையும் தொடாமல்
யாராலும் தொடப்படாமல்
சிலர் கழித்துவிடுவது
பரிதாபத்துக்குரியது

தொடும்போது
உங்கள் விரல் பாடுகிறது
தொடப்படும்போது
உங்கள் மேனி மலர்கிறது

பூனைக்குட்டியை
நாய்க்குட்டியை
உணவுப் பாத்திரத்தை
கோப்புகளை

ரூபாய் நோட்டுகளை
நாப்கின்களை
அலைபேசியை
தொடுபவர்கள்
சக மனிதர்களைத்
தொடத் தயங்கலாமா?

அவர்கள் அனுமதிக்கிற இடத்தில்
அவர்கள் விரும்புகிற இடத்தில்
அவர்களுக்கு தேவைப்படுகிற இடத்தில்

தொடுங்கள்

அவர்களது
கன்னத்தில்
முன்நெற்றியில்
முதுகில்
உள்ளங்கையில்
கனவில்
காயத்தில்
இதுவரை யாருமே தொடாத
அவர்களது ரகசியத்தில்

தொடுங்கள்

உங்கள் பிரியத்தின்
ரேகைகள் பதிகிறபடி
தனிமை விலகுகிறபடி
சந்தேகங்கள் நொறுங்குகிறபடி

தொடுங்கள்

நம்பிக்கை வறட்சியில்
வெடித்த மனதை

ஒரு மழைத்துளிபோலத
தொடுங்கள்

யாரையும் தொடாதவர்கள்
கிளைகளற்ற மூங்கில்கள்
அவர்களிடம் நிழலில்லை

குடிகாரர்களின்
நடுங்கும் விரல்களை
ஈன்ற துணையின்
செவ்வரியோடிய அடிவயிற்றை
லாரியில் அடிபட்டு
உயிர்போகுமுன்
வெறிக்கும் விழிகளை
குப்பைத்தொட்டியில்
கசந்து வீசப்பட்ட குழவியை
ஒரே ஒரு முறை
தொடுங்கள்

எப்படி தொடுவதெனத்
தெரியவில்லையென்றால்
மலைகளைத் தொடும்
மேகங்களிடம்
தண்ணீரைத் தொட்டு
நீந்தும் மீன்களிடம்
தொடுவதற்கு
கற்றுக் கொள்ளுங்கள்

காட்டை ஒரு சிறு பொறி
தொடுவதுபோல்
அவ்வளவு வெறுப்பாகத்
தொட்டுவிடாதீர்கள்

தாய்மடியைத் தொடும்
கன்றுக்குட்டிபோலத்
தொடுங்கள்

கைகளால் தொட முடியாதபோது
பார்வையால் தொடுங்கள்
பார்வையால் தொட முடியாதபோது
ஞாபகத்தால் தொடுங்கள்

கடவுளாகத் தொட
முடியாவிட்டால் பரவாயில்லை
என் காதலிபோல
பிசாசாகவாவது தொடுங்கள்

தொடாத உடலில்
பாலையைப் பெருகச் செய்யும்
பாவத்துக்கு மட்டும்
ஆளாகிவிடாதீர்கள்.

புதிதாகப் பிறப்பது

நேற்று உங்கள்
மேலதிகாரி திட்டினார்
நேற்று யாரோ ஒருவர்
காறித்துப்பினார்
நேற்று உங்களை
நாயொன்று துரத்தி வந்தது

கேட்க விரும்பிய பாடலை
கடைசிவரை
நேற்று உங்களால்
கேட்கவே முடியவில்லை

நேற்றைய உங்கள் டீயில்
திடம் மணம் சர்க்கரை
எல்லாம் குறைந்திருந்தது

நேற்று பாதிவழியில்
உங்கள் பைக்கில்
பெட்ரோல் தீர்ந்துபோனது

நேற்று ஒருவர்கூட
உங்களிடம்
சிரித்துப் பேசவில்லை

இந்த கசப்பான
நேற்று
உங்களுக்கு வேண்டாம்

நேற்றிருந்த நீங்கள்
இறந்துபோனீர்கள்

கழிந்த இரவின்
12 மணி நேர கர்ப்பத்தில்
நீங்கள் பிறந்தீர்கள்

கைக்குழந்தையான நீங்கள்
பால்புட்டியில் குடிக்காமல்
டீ குடிக்கிறீர்கள்

இது வேறு ஒரு புது உலகம்
எம்ஜிஆர் மஞ்சுளா
சிவாஜி பத்மினி
சர்ச் ஃபாதர்
'ஓ சொல்றியா மாமா!'
பாடுகிறார்கள்
ஆடுகிறார்கள்

இன்னும் சில நாட்களில்
ஏசுநாதர் பிறக்கப்போகும்
திசையைக் காட்டுகிற
நட்சத்திரங்கள்
வீடுகளில் ஒளிர்கின்றன

இப்போது முற்பிறவி
ஞாபகம் திரும்புகிறது

அலுவலகம் செல்லும்போது
உங்களை நாய் துரத்துகிறது

இப்பிறவியில்
அதைக் கையாளத்
தெரிந்திருக்கிறீர்கள்

ஐந்து ரூபாய்க்கு வாங்கிய
பிஸ்கெட் பாக்கெட்டை
பிரித்துப் போடுகிறீர்கள்

அடுத்த பிறவியில்
உங்கள் மேலதிகாரிக்கும்
ஒரு பிஸ்கெட் பாக்கெட்
வாங்கிச் செல்லும் யோசனை
உங்களை உற்சாகமாக்குகிறது.

செல்லாத கடவுள்

என்மீது யாராவது ஒருவர்
அவ்வப்போது புகாரை
அவதூறை அவச்சொல்லை கூறியபடிதான்
இருக்கிறார்கள்

அப்போதெல்லாம்
என் மரம் ஒடிந்து
விழுந்துவிடுவதில்லை
என் பறவை திகைத்து
பறத்தலை மறந்து விடுவதில்லை
என் நதி தேங்கிவிடுவதில்லை

என் மீது எனக்கே
நிறைய புகார்களுண்டு
கொலை செய்யத் துணியும்
பகைவர்களில்லாதவன்
என்னையே கொலை செய்ய
கத்தியைத் தீட்டியிருக்கிறேன்
நள்ளிரவில் என் மீதே
அச்சப்பட்டு ஓடியிருக்கிறேன்

என்னை நானே திட்டியிருக்கிறேன்
எனக்கு நானே செய்த துரோகம்
பொறுக்காமல் குளியலறையில் அழுதிருக்கிறேன்

நல்லவனாக எழவேண்டுமென படுத்தவன்
ஒரு பொய்யால்
காலையைத் திறந்திருக்கிறேன்

அன்பொரு பக்கமும்
கோபமொரு பக்கமும்

நேயமொரு பக்கமும்
குரோதமொரு பக்கமும்
கருணையொரு பக்கமும்
துரோகமொரு பக்கமும்
உண்மையொரு பக்கமும்
பொய்யொரு பக்கமும்
கொண்ட நாணயம் நான்

என்னைப்போல் என் கடவுள்
இருந்துவிடக்கூடாதேயென
அவரைத் தூய அன்பால்
நேயத்தால் கருணையால்
உண்மையால் தயாரித்தேன்

ஒரு பக்கம் அச்சிடப்படாத
ரூபாய் நோட்டைப்போல்

செல்லாத கடவுளைச்
சுமந்து திரிகிறேன்.

நாங்கள் உழுகுடிகள்
(டெல்லி சலோ)

நாங்கள் உழுகுடிகள்
மண்ணை தானியங்களாக்கியவர்கள்
நதிகளை தாவரங்களாக்கியவர்கள்
காற்றை மலர்களாக்கியவர்கள்
தேசத்தின் பசிக்கு
உணவைத் தந்தவர்கள்
தேசத்தின் நிர்வாணத்துக்கு
உடையைத் தந்தவர்கள்
நாங்கள் உழுகுடிகள்

தாகத்துக்கு மழையை
அருந்தியவர்கள்
பசிக்கு வெயிலைப்
புசித்தவர்கள்
குளிருக்கு கரங்களைப்
போர்த்தியவர்கள்
காடுகளை நிலமாக்கியவர்கள்
விலங்குகளை
கால்நடையாக்கியவர்கள்
பருவங்களை
பணிய வைத்து
பணிசெய்ய வைத்தவர்கள்
நாங்கள் உழுகுடிகள்

முந்திரி விளைந்த
செம்புலங்களை
எட்டுவழிச் சாலைக்கு
இழந்தவர்கள்
முப்போகம் விளையும்
நஞ்சைகளை
செல்ஃபோன் கம்பெனியிடம்
இழந்தவர்கள்

பருத்தி விளையும்
கரிசல்களை
கார் கம்பெனியிடம்
இழந்தவர்கள்
எங்கள் ஏரிகளை மூடி
நிகர் நிலைப்
பல்கலைக் கழகங்கள்
கட்டினார்கள்
எங்கள் நதிகளை அள்ளி
அடுக்ககங்கள் சமைத்தார்கள்

இப்போது எங்கள் குதிரில்
விதை நெல் இல்லை
எங்கள் தோட்டத்தில்
மண்புழு இல்லை
எங்கள் குளத்தில்
மீன்கள் இல்லை
எங்கள் இல்லக் கிழத்திகளின்
கழுத்தில் தாலி இல்லை
நாங்கள் உழுகுடிகள்

உணவளித்த குடிகளை
கஞ்சித் தொட்டி
வரிசையில் நிறுத்தினீர்கள்
எலிக்கறி சாப்பிடச் சொன்னீர்கள்
அதெல்லாம்கூட மன்னித்தோம்
தாகத்துக்கு பாலிடாயிலை
குடிக்கச் சொன்னீர்களே
நாங்கள் உழுகுடிகள்

கனவான்களின் கடன்தொகையை
தள்ளுபடி செய்தீர்கள்
நாற்றங்காலுக்கு
மருந்து வாங்கத் தந்த

ஆயிரத்துக்கும் ஐந்நூறுக்கும்
வங்கியில் புகைப்படமொட்டி
அப்பனையும் அண்ணனையும்
தருக்களில் கனிகளாய்த்
தொங்க வைத்தீர்களே
நாங்கள் உழுகுடிகள்

அணைக்கட்டுகள் கேட்டோம்
ராமருக்கு கோவில் கட்டினீர்கள்
மின்சாரம் கேட்டோம்
குடியிருப்பில்
அணு உலை வைத்தீர்கள்
காவிரி கேட்டோம்
மீத்தேன் கொடுத்தீர்கள்
விதை நெல் கேட்டோம்
தாமிரம் தந்தீர்கள்
நாங்கள் உழுகுடிகள்

வாழ்வைப் பாதுகாக்க
சட்டம் இயற்றுவார்கள்
நீங்கள் வாழ்வைத் திருட
சட்டம் இயற்றுகிறீர்கள்
எங்களிடம்
இழக்க ஒன்றுமில்லை

இனி நாங்கள்
சத்திரியர்கள் இல்லை
சூத்திரர்கள் இல்லை
பஞ்சமர்கள் இல்லை
நாங்கள் உழுகுடிகள்

இனி நாங்கள்
பாசக இல்லை
காங்கிரஸ் இல்லை
நாங்கள் உழுகுடிகள்

இனி நாங்கள்
இந்திக்காரன் இல்லை
மராட்டி இல்லை
பஞ்சாபி இல்லை
தெலுங்கன் இல்லை
கன்னடன் இல்லை
தமிழன் இல்லை
நாங்கள் உழுகுடிகள்

இனி நாங்கள்
இந்துக்களில்லை
கிறித்துவர்களில்லை
முஸ்லீம்களில்லை
சீக்கியர்களில்லை
நாங்கள் உழுகுடிகள்

காடுகளைத் திருத்திய
ஆயுதங்களோடு வருகிறோம்
வெய்யிலைச் செரித்த
மேனியோடு வருகிறோம்
இடிகளைத் தாங்கிய
தோள்களோடு வருகிறோம்
மின்னல்களை உண்ட
விழிளோடு வருகிறோம்
உங்கள் தடுப்பரண்களைத்
தூள் தூளாக்கி
சாலைகளில் வெட்டிய அகழிகளை
ஒரே பாய்ச்சலில் தாண்டி வருகிறோம்
தேசிய நெடுஞ்சாலைகளில்
உங்கள் ஆடம்பரக் கார்கள்
பவனிவர இடம் தராமல்
ஹரியானாவிலிருந்து
பஞ்சாப்பிலிருந்து

டெல்லியிலிருந்து
பீகாரிலிருந்து
நாங்கள் உழுகுடிகள்
வருகிறோம்!

உங்கள் கிரிக்கெட் மைதானங்களை
கால்பந்தாட்ட மைதானங்களை
அரசியல் மைதானங்களை
திறந்த வெளிச் சிறைச் சாலைகளாக்க
இதோ இன்னும்,
கிழக்கிலிருந்து
மேற்கிலிருந்து
தெற்கிலிருந்து
நாங்கள் உழுகுடிகள் வருகிறோம்

அடிக்கும் குளிருக்கு உங்கள்
அத்தியாவசியப் பொருட்கள் சட்டத்தை
விளைபொருள் வியாபாரம்
மற்றும் வர்த்தக சட்டத்தை
விலை உத்ரவாதச் சட்டத்தை எரித்து
தேநீர் தயாரித்து அருந்தி
நாங்கள் உழுகுடிகள் வருகிறோம்

பீரங்கி தூக்கி வரும்
உங்கள் முப்படைகளுக்கஞ்சாமல்
துப்பாக்கி ஏந்திவரும்
உங்கள் போலீஸ்காரர்களுக்கு
அஞ்சாமல்
தலைநகரின் தெருக்களில்
அடேய்,
கார்ப்ரேட் சௌகிதார்களே
வருகிறோமடா
நாங்கள் உழுகுடிகள்.

சரசக்கா வந்தனம்

ஐந்திணை நிலமெங்கும்
தேடிப்பார்த்தோம்
சரசக்கா உன் தடங்கள்
எங்கும் இல்லை

பத்துப்பாட்டு எட்டுத்தொகை
பதினெண்கீழ்க்கணக்குதான்
தமிழர்க்கு
ரேஷன் கார்டு
ஆதார்கார்டு
வோட்டர் கார்டு எல்லாம்

எங்கும் உன் கைரேகை
விழிரேகைகளைக் காணோம்

உன்னுடைய இருப்பு
ரிக் வேதத்தில்
இருக்கிறதென்றார்கள்
தேடிப்பார்த்தோம்

எங்களை
உன் வீட்டுக்காரர் பிரம்மாவின்
காலில் பிறந்தவர்கள்
என்கிறது ரிக்

எங்கள் மூதாதைகளை
உங்கள் குடும்பம்
மலம் அள்ளச் சொன்னது
முடி வெட்டச் சொன்னது
துணி வெளுக்கச் சொன்னது
வேட்டையாடச் சொன்னது
மீன்பிடிக்கச் சொன்னது

அவர்கள்
மழையில் நனைந்தார்கள்
வெய்யிலில் காய்ந்தார்கள்

கொஞ்ச நேரம் குளிருக்கு ஒதுங்க
கொஞ்ச நேரம் நிழலில் இளைப்பாற
அவர்களை நீ பள்ளிக் கூடத்துக்குள்
அழைத்தவள் இல்லை

வள்ளுவனும் கபிலனும்
ஔவையும் வெள்ளிவீதியும்
எழுதிய ஓலைச்சுவடிகளை
ஒரு கார்காலத்தில் பற்றவைத்து
அவர்கள் குளிர் காய்ந்தார்கள்

எங்களை உன் புருஷன்
சூத்திரனாக்கினான்
பஞ்சமனாக்கினான்
நீயோ கல்லாத
தற்குறிகளாக்கினாய்

உனக்கு பூசை நாள் வந்தது
எங்களிடம் ஒரு புத்தகமில்லாமல்
மயிர் வெட்டும் கத்திரிக்கோலை
உழவோட்டும் கலப்பையை
வைத்துப் படைத்தோம்

நாங்கள் படிக்க வேண்டி
கெஞ்சிய பிரார்த்தனைக்கு
நீ செவிகொடுக்கவில்லை
பிறகுதான் தெரிந்தது
உனக்கு தமிழே தெரியாதென்பது

ஆனாலும்
ஜெருசேலத்திலிருந்து வந்த
ஏசுநாதர் எங்கள் மொழியைக்
கற்றுக் கொண்டார்
எங்கள் வேண்டுதலைப் புரிந்துகொண்டார்

நாங்கள் முதன்முதலாக
புத்தகங்களை மோந்து பார்த்தோம்

வீரன் காடன் மாடன் மாரியாத்தா
இப்படி நிறைய தெய்வங்கள் இருக்கும்போது
கல்விக்கென ஒரு
தெய்வம் நமக்கில்லையா?
ஏங்கி நின்றோம்

ஊரில் மணிச் சத்தம் கேட்டது
பிள்ளைகள் மஞ்சள் பையில்
ஒரு அரிச்சுவடியைப் போட்டு
ஓடினார்கள்

எங்கள் பிரார்த்தனை
வீண்போகவில்லை

சோறு போட்டு
படிக்க வைக்க
அங்கு கர்ம வீரன் நின்றான்

'ஆஹா, எழுந்ததடா
நம் குடியில் கல்விக் கடவுள்!'

ஆடினோம் பாடினோம்
படித்தோம் எழுதினோம்
மண்வெட்டியை

சலவைப் பெட்டியை
கத்தரிக்கோலை
மலமள்ளும் சட்டியை
தூர எறிந்து
அரசாங்க நாற்காலிகளில்
அமரத் தொடங்கினோம்

அக்கா சரசக்கா பொறுக்குமா
உங்கள் குடும்பத்துக்கு ?

இப்போது ரிக் வேதத்தை
புதிய கல்விக் கொள்கை என்கிறது
உங்கள் குடும்பம்

எங்கள் பிள்ளைகள் கைகளில்
அது ஸ்க்ரூ ட்ரைவரையும்
ஸ்பேனரையும்
திணிக்கப் பார்க்கிறது

இப்போதுகூட
எங்கள் ஒண்ணாம்ப்பு
அஞ்சலை அம்மா மீது
அடிக்கடி மாரியாத்தா ஏறி
கொரோனாவைத் திட்டுகிறாள்

நீயோ
வெள்ளைத் தாமரையிலிருந்து
இறங்குவதே இல்லை

உனக்கே தெரியும்
தமிழர் மனக்குளங்களில்
மலராத பூ
தாமரையென்பது

சம காலத்தை
கார்ப்ரேட்டுகளுக்கும்
வேதகாலத்தை
சூத்திரர்களுக்கும்
கையளிக்கிற சங்பரிவார்
சின்னத்தை விட்டு இறங்கி

நாங்கள் விரிக்கும்
கோரைப் பாயில்
அமரச் சம்மதமெனில் சொல்

அரசாங்க பள்ளிக்கூடத்துக்கு
அழைத்துப்போய்
விசயதசமி அட்மிஷன் போட்டு
அறம் செய விரும்பு
சொல்லித் தருகிறோம்

அப்படியே
அலுமினியத் தட்டோடு
அஞ்சலைக்குப் பின்னால் நின்றால்
மதியம் சத்துணவோடு
முட்டையும் நிச்சயம்.

வெய்யில்

நம் பாட்டன்
வெய்யிலை அருந்தினான்
நம் பாட்டி
வெய்யிலை அணிந்தாள்

நம் அம்மா வெய்யிலை
பூமியில் ஊன்றினாள்

சூல் கொண்ட
மா பலா வாழைகளில்
கனிகளைக்
கொண்டு வந்தது
வெய்யில்

தாகமென வந்தோர்க்கு
தன் ரவிக்கை அவிழ்த்து
இளநீர் முலை தந்தது
வெய்யில்

மருதத்தில் அஞ்சலை
வெய்யிலைப் பாடினாள்
கானலுக்குள்
மறைந்து காதலித்தோம்

பருவமாக இல்லை
தமிழர்க்கு
பண்பாடாக இருந்தது
வெய்யில்

நியான் இல்லாத
அலைக் கற்றைகளில்லாத

சிற்றில்லின் முற்றங்களில்
அம்மா சொன்ன
வேனிற் கதைகளை
நம்மருகே அமர்ந்து கேட்க
அந்திச் சூரியனும்
இறங்கி வந்தது

வெய்யிலை ஏமாற்றுவது
பாவமென வாழ்ந்தோம்

இன்றோ நம்
வீதியிலிருப்பது
கோடையில்லை
130 டிகிரி செல்சியஸ்

மருதத்தை விற்று
குளிர்சாதனப்பெட்டி வாங்கி
இ.எம்.ஐ யில் ஏசி வாங்கி

ஐஸ்க்ரீம் வாங்கி
நெகிழி போத்தலில்
மாம்பழச்சாறும்
ஆரஞ்சுச்சாறும் வாங்கி
கார்காலம் செய்யலாமென

டிவி சொன்ன பொய்களில்
பூத்தது இந்த வெய்யில்

மலையைக் குடைந்த
பெருச்சாளிகள்
நமது நீதி நூல்களையும்
அரித்துத் தின்றதால்
சுடுகிற வெய்யிலிது

ஆற்றை விற்ற காசில்
தேர்தல் திருவிழா கொண்டாடும்
அறியாமையில்
கனல்கிற வெய்யிலிது

சித்திரையை
உலக வங்கியில்
அடகு வைத்ததால்
நம் பாதையில் வந்த
வெய்யிலிது

வெய்யிலை விற்றவர்கள்
குற்றவாளிகளென்றால்
வாங்கிய நாம் மட்டும்
நல்லவர்களாக முடியுமா?

இன்னமும்கூட
நம் பிள்ளைகளை
குளிரும் ஏசி அறைகளில்
பாதுகாக்கப் போகிறோமா?

இல்லை,
வீதியின் வெய்யில் நனைத்து
வாழ்வைப் பழக்கப் போகிறோமா?

பதிலுக்காக
வாசலில் மௌனமாகக்
காத்திருக்கிறது வெய்யில்.

அறுவை சிகிச்சை

இந்தியாவில்
பெட்ரோல் விற்பவர்கள்
நஷ்டமடைந்ததில்லை
அலைக்கற்றை விற்பவர்கள்
முதலுக்கு மோசமாகி
தற்கொலை செய்து கொள்வதில்லை

அழகு சாதனப் பொருட்கள்
ஆடை விற்பவர்களுக்கு
கடன் தொல்லை இல்லை

சாஷேயில் ஷாம்பு விற்க
ஒரு பெட்டிக்கடையாவது இருக்கிறது
பவுடரை விற்க பாலிவுட் நடிகையே
உதவிக்கு வருகிறார்

கார் விற்பதற்கு
செல்ஃபோன் விற்பதற்கு
தங்க நகை விற்பதற்கு
ஆயுதம் விற்பதற்கு
மானத்தை விற்பதற்கு
தேசத்தை விற்பதற்கு
கடவுளை விற்பதற்கு
இங்கு,
நகரும் படிக்கட்டுகளோடு
மின் தூக்கிகளோடு
மிகப் பெரிய மால்களிருக்கின்றன

ஆஷீர்வாத் விற்பவனுக்கு உதவ
அரசாங்கம், டிவி, வங்கி
எல்லாமும் இருக்கிறது

ஆனால் பாருங்கள்,
கோதுமை பயிரிட்டவனுக்குதான்
விற்க சந்தை இல்லை

பேபி ஸ்டேப்பிள்ஸ் விற்க
அமேசான் இருக்கிறது
வால்கோதுமை விற்கத்தான்
மண்டி இல்லை

நிலக்கடலை பயிரிட்டவனுக்கு
விற்க நாதியில்லை
ஃபார்ச்சூன் விற்க
பிரதமரே மாடலாகவும் தயார்

அரிசி விற்க சந்தையில்லை
இண்டியா கேட், சன் கோல்டு,
கோஹினூர் விற்க
சூப்பர் மார்க்கெட்டுகள் ஏராளம்

கோதுமையை விற்க
பார்லியை விற்க
பருத்தியை விற்க
பஞ்சாப் உழவர்கள்
முன்பு அர்ஹ்தியாக்களிடம்
நின்றார்கள்
இப்போது,
அம்பானி அதானியிடம்
நிற்கச் சொல்கிறார்கள்

ஜீலம், செனாப், ராவி,
பியாஸ், சத்லஜென
நதிக்கரைகளில் வளர்ந்தவர்கள்
ஈரமானவர்கள் மட்டுமில்லை

ஜாலியான்வாலாபாக்கில்
ரத்தம் சிந்திய
வீரமானவர்களும்கூட

குனிய இடையூறாக
இருக்கிறதென்று இந்தியா
முதுகெலும்பை
கார்ப்ரேட்டுகளுக்கு விற்றுவிட்டது

அறுவடை மட்டுமே செய்தவர்கள்
இனி, அறுவை சிகிச்சையும்
செய்ய வேண்டியிருக்கிறது.

பி.கு
அர்ஹ்தியாக்கள் – தரகர்கள்

பூப்பந்து

அப்பா மகள்
டென்னிஸ் ஆடுகிறார்கள்

செயற்கைப் புற்களாலோ
மரப்பலகையாலோ
களிமண்ணாலோ
உருவாக்கப்பட்டதல்ல

முனிசிபாலிட்டிக்காரனின்
அலட்சியத்தில் விளைந்த
வள்ளலார் வீதி
இவர்கள் ஆடுகளம்

வலையோ
அம்பயரோ
விசில் சத்தமோ
நேர் செட்டுகளோ
சுற்றுகளோ
புள்ளிகளோ
விதிகளோ இல்லாத
அப்பா மகள்
டென்னிஸ் இது

எல்லா பந்துமே
லவ் ஆல்தான்

அப்பா பந்து எதிர்வீட்டு
ராணி அக்காவின்
அந்திக் கோலத்தை
கலைக்கிறது

மகள் பந்து
வாக்கிங் போகும்
வனஜா ஆன்ட்டியின்
நைட்டியை அழுக்காக்குகிறது

சாரி சொல்லி
பந்து சேகரிக்க
எல்கேஜி குட்டி தம்பி
இருக்கிறான்

குக்கர் விசிலடிக்கிறதா?
கவனத்தோடு
அவ்வப்போது
எட்டிப்பார்க்கும் அம்மா
ஒருத்திதான்
இவர்களுக்கு பார்வையாளர்

வெற்றிக்காவோ
தோல்விக்காகவோ
இல்லை இந்த ஆட்டம்

பாட்டனி மிஸ்
புல்லி வட்டத்தை
சிவப்பு வட்டமிட்டு
எழுதிய 'புவர்'
மதிய உணவுக்கு

கேரியரைத் திறக்கும்போது
மேலாளர் கூப்பிட்டுத்
திட்டிய 'ஷிட் ' மறக்க
ஆடுகிற ஆட்டம்

இந்த டென்னிஸை
பந்து இல்லாமல்
ராக்கெட் இல்லாமல்
இதே அப்பா மகள் பல முறை
விளையாடியிருக்கிறார்கள்

இங்க் கொட்டிய சீருடைக்காக
அம்மா திட்டியபோது
எண்பதுக்கு கீழே
இறங்கியதற்கு
கணக்கு மிஸ் கடிந்தபோது
பாவமான பார்வையால்
பந்தை வீசுவாள் மகள்
பலவீனமான கரத்தால்
தடுக்க முடியாத பாவனையில்
அப்பா கோர்ட்டில் விழ
நம்பிக்கை அளிப்பார்

நீங்கள் யமுனை வீதியில்
நடைபயிற்சி மேற்கொள்பவராக
இருந்தால் அங்குகூட
ஒரு அப்பா மகள்
டென்னிஸ் நடக்கும்

உங்கள் பின்பக்கத்தை
மகளுடைய பந்து
அழுக்காக்கும்
சாரி, சொல்லி
பந்தை சேகரிக்க

குட்டி எல்கேஜி
வாண்டொன்றும் வரலாம்

குக்கர் சத்தம் கேட்டு
உள்ளே போயிருக்கும்
அம்மா வரும்வரை
இந்த யமுனை வீதி
ஓபன் டென்னிஸுக்கு

சிறிது நேரம்
பார்வையாளராக நில்லுங்கள்
உங்கள் மீது
பூர்ணிமை கவிழும் .

திருட்டு வாசம்

கொள்ளையடித்த பொருளை
இரண்டு திருடர்கள் ரகசியமாக
புதைத்து வைத்தார்கள்

மறுநாள் அவர்கள் கரங்கள்
கிளைகளாகிவிட்டன
மாரிக்காலம் வந்தது
இலைகள் தளிர்த்தன
கார்காலம் தொடர்ந்தது
பறவைகள் கூடுகட்டத் தொடங்கின

இலையுதிர்காலம்
அவர்களிடமிருந்து
ரகசியத்தின் பாடலை
கசியச் செய்தது

வசந்தகாலம் தொடங்கியபோது
முகங்கள் பூக்களாகிவிட்டன

மீண்டும் மனிதர்களாக விரும்பி
திருடர்கள் ஏசுநாதரிடம் சென்றார்கள்
மலர்களை கனிகளாக்க மட்டுமே
அவரால் முடிந்தது

பாஷோவிடம் சென்றார்கள்
கனிகளை விதைகளாக்கினார்

ஓஷோவிடம் சென்றார்கள்
உலகம் காதலர்களை
திருடர்களென்று நம்புகிறது
அன்பைக் கொள்ளையடிப்பவர்கள்
விதைகளாகிறார்கள்
உங்கள் வயலில் விளையும்
தானியங்கள் காதலே என்றார்

பூவாத் தாவரங்கள்
நிறைந்த வீதியில்
இரண்டு பூ மரங்கள்
திருடர்களைப்போல்
பதுங்கிப் பதுங்கி
நடந்து செல்கின்றன

இருள் போர்வையைக் கடந்து
கசிகிறது காதல் வாசம்.

பூனை

என் பூனைக்குட்டிக்கு
மீன்களைப் பிடிக்கும்
ஆனாலும் ஒரு நாளும்
ஃபெலிகன் பறவையைப்போல்
கடலுக்குள் மூழ்கி
ஓர் உயிர் மீனை
அது தூக்கியதில்லை
இது தெரியாமல்
ஒரு ஃபேக் ஐடி
மெசன்ஜரில் தினம்தோறும்
ஒரு காதல் கடிதத்தை
வீசிச் செல்கிறது
அதன் சொற்களை
முகர்ந்து பார்ப்பேன்
சிகரெட் வாசமா?
ஃபாக் பியூர் லேடி வாசமா?
கடலுக்குள் குதித்துவிடாதே
என் பூனை சொல்லியது
ஒரே நேரத்தில்
நல்லவனாகவும் ஃபெலிகனாவும் இருக்க
ஆசைப்பட்டேன்
ம்
ம்
ம்
ம்
ம் மையே
சாதுர்யமாக
சொல்லியபடி இருந்தேன்
இந்த ம்மை
ஸ்க்ரீன் ஷாட் எடுத்தால்
எப்போதும்

அது வெடிகுண்டாக மாறப்போவதில்லை
நேற்றிரவு ஓர் ஆர்வத்தில்
ஃபேக் ஐடியின்
டிபியை எட்டிப்பார்த்தேன்
பூனை அமர்ந்திருக்கிறது.

பி.கு

If animals could speak, the dog would be a blundering outspoken fellow; but the cat would have the rare grace of never saying a word too much.

- Mark Twain

நம்ம ஸ்ட்ரீட்

நிச்சயம், நம்ம ஸ்ட்ரீட்
கஞ்சா, ஹான்ஸ், மது, சிகரெட்
இல்லாத டிரக் ஃப்ரீ ஸ்ட்ரீட்டாக வேண்டும்
மனச்சோர்விலிருந்து விடுபட்டு
இது ஹேப்பி ஸ்ட்ரீட்டாக மாறவேண்டும்
தாராளமயம் தனியார்மயம்
வேலைவாய்ப்பின்மை
பன்னாட்டு நிறுவனங்களில்
இரவு பகல் பாராது வேலை நெருக்கடி
பாவம் இளைஞர்கள்
என்ன செய்வார்கள்?
ஹேப்பி ஸ்ட்ரீட் அருகே
அரசே மது விற்கிறது
கஞ்சா, ஹான்ஸ் விற்பதை
கண்டும் காணாது பாவனை செய்கிறது
போதை துய்க்க அழுத்தம் உருவாகும்
அரசியல் ஒரு பக்கம்
மறு பக்கம்
போதையிலிருந்து விடுபட
அவர்களை vibe செய்கிறது அரசு
இது நம்ம ஸ்ட்ரீட்டா?
இல்லை, இது தேசிய நெடுஞ்சாலை
இந்த எட்டுவழிச்சாலைகள்
தம் மூதாதைகளின் நிலங்களை
அபகரித்து விரிந்தவையெனும்

விழிப்புணர்வின்றி
ஆடுகிறார்கள் இளைஞர்கள்
தமிழகத்தில் / இந்தியாவில்
நம்ம ஸ்ட்ரீட் இருக்கிறதா?
மேலத்தெரு/ கீழத்தெருக்களின்
இடைவெளி குறைந்து
நம்ம ஸ்ட்ரீட் வந்துவிட்டதா?
ஒரு ஸ்ட்ரீட்டில் மலம் கலந்த
தண்ணீர் தொட்டி இருந்தது
ஒரு ஸ்ட்ரீட்டில்
நல்லா படிக்கிறான் என்பதற்காக
சிறுவனொருவனை வெட்டினார்கள்
இந்தத் தெருக்களை
தமிழ்ச் சமூகம்
நம்ம ஸ்ட்ரீட் என நினைத்ததா?
Drug free society விடவும்
caste free society அவசியம்
இதற்கு எந்தப்பாட்டை போட்டு
vibe பண்ணுவது?
'போற்றிப்பாடடி' போடுவதா?
'நெருப்புடா, நெருங்குடா' போடுவதா?

அரசியல்

கருப்பு வெள்ளை என்பது
வெறும் நிறம் மட்டுமில்லை
அது ஒரு பண்பாடு

கிழக்கு மேற்கு என்பது
வெறும் திசை மட்டுமில்லை
அது ஓர் அரசியல்

நீ நான் என்பது
வெறும் பால் மட்டுமில்லை
அது ஒரு பாடல்.

கரிகாலன் படைப்புகள்

கவிதைகள்

1. புகைப்பட மனிதர்கள் (களம் புதிது)
2. அப்போதிருந்த இடைவெளியில் (களம் புதிது)
3. புலன் வேட்டை (ஸ்நேகா)
4. இழப்பில் அறிவது (ஸ்நேகா)
5. தேவதூதர்களின் காலடிச்சத்தம் (மருதா)
6. ஆறாவது நிலம் (மருதா)
7. அபத்தங்களின் சிம்பொனி (புதுமைப்பித்தன்)
8. கரிகாலன் கவிதைகள் (உயிர் எழுத்து)
9. பாம்பாட்டி தேசம் (சால்ட்)
10. மெய்ந்நிகர் கனவு (டிஸ்கவரி)
11. தாமரை மழை (நான்காவது கோணம்)
12. செயலிகளின் காலம் (டிஸ்கவரி)
13. உயிர் நன்று, சாதல் இனிது (படைப்பு)
14. மகள் வீடு திரும்பும் பாதை (வேரல்)
15. கிரின்ஞ் (வேரல்)
16. பிக்காஸோ ஏன் அழுகிறார் (வேரல்)

நாவல்

1. எக்ஸ் (வேரல்)

குறுங்கதை

1. எக்ஸிசம் (படைப்பு)

சினிமா

1. திரையும் வாழ்வும் (வாசகசாலை)
2. திரையும் வாழ்வும் - பாகம் 2 (படைப்பு)
3. தெய்வத்திண்டே திர (படைப்பு)
4. சமகால மலையாள சினிமா(படைப்பு)

சங்க இலக்கியம்

1. என்மனார் புலவர் (படைப்பு)
2. நோம் என் நெஞ்சே (படைப்பு)
3. அகத்தொற்று (படைப்பு)

பண்பாட்டுக் கட்டுரைகள்

1. தையலைப் போற்றுதும் (உயிர் எழுத்து)
2. துயில் கலைதல் (படைப்பு)
3. இடர் ஆழி நீங்குக (வேரல்)